मित्राची गोष्ट

विजय तेंडुलकर यांची नाटके

नाटक
अशी पाखरे येती
एक हट्टी मुलगी
कमला
कन्यादान
कावळ्यांची शाळा*
कुत्रे
गिधाडे
गृहस्थ*
घरटे अमुचे छान
घाशीराम कोतवाल
चिमणीचं घरं होतं मेणाचं
चिरंजीव सौभाग्यकांक्षिणी
झाला अनंत हनु ंत
त्याची पाचवी***
दंबद्वीपचा मुकाबला
नियतीच्या बैलाला**
पाहिजे जातीचे
फूटपायरीचा सम्राट
बेबी
भल्याकाका
भाऊ मुरारराव
मधल्या भिंती
माणूस नावाचे बेट
मित्राची गोष्ट
मी जिंकलो! मी हरलो!
विठ्ठला
शांतता! कोर्ट चालू आहे
श्रीमंत
सखाराम बाइंडर
सफर**
सरी ग सरी

एकांकिका
समग्र एकांकिका : भाग १
समग्र एकांकिका : भाग २
समग्र एकांकिका : भाग ३

बालवाङ्मय
इथे बाळं मिळतात
चांभारचौकशीचे नाटक
चिमणा बांधतो बंगला
पाटलाच्या पोरीचं लगीन
बाबा हरवले आहेत
बॉबीची गोष्ट
राजाराणीला घाम हवा

अनुवादित
आधे अधुरे
(मूळ लेखक : मोहन राकेश)
तुघलक
(मूळ लेखक : गिरीश कार्नाड)
मी कुमार
(मूळ लेखक : मधु राय)
लिंकन यांचे अखेरचे दिवस
(मूळ लेखक : मार्क फॉन डॉरन)
लोभ नसावा ही विनंती
(मूळ लेखक : जॉन पॅट्रिक)
वासनाचक्र
(मूळ लेखक : टेनेसी विल्यम्स)

---

* 'गृहस्थ'चे पुनर्लेखन : 'कावळ्यांची शाळा'
** ध्वनिफितीच्या रूपानेही प्रकाशित
*** मूळ इंग्रजी : His Fifth Woman (अनु. चंद्रशेखर फणसळकर)

मित्राची गोष्ट

विजय तेंडुलकर

पॉप्युलर प्रकाशन, मुंबई

मित्राची गोष्ट
(म - १००७)
पॉप्युलर प्रकाशन
ISBN 978-81-7185-833-0

MITRACHI GOSHTA
(Marathi : Play)
Vijay Tendulkar

पहिली आवृत्ती : १९८२ / १९०४
          (नीलकंठ प्रकाशन, पुणे)
दुसरी आवृत्ती : २००५ / १९२७
पुनर्मुद्रण : २०१८ / १९४०

प्रकाशक
हर्ष भटकळ
पॉप्युलर प्रकाशन प्रा. लि.
३०१, महालक्ष्मी चेंबर्स
२२, भुलाभाई देसाई रोड
मुंबई ४०००२६

अक्षरजुळणी
एच. एम. टाइपसेटर्स
११२०, सदाशिव पेठ
विद्याधर अपार्टमेंट्स
निंबाळकर तालीम चौक
पुणे ४११०३०

या नाटकाचा पहिला प्रयोग 'भूमिका', मुंबई या संस्थेने दि. १५ ऑगस्ट १९८१ रोजी सकाळी ९.३० वा. गडकरी रंगायतन, ठाणे येथे सादर केला.

दिग्दर्शक	:	विनय आपटे
नेपथ्य	:	रघुवीर तळाशीलकर
प्रकाशयोजना	:	दिलीप कोल्हटकर
		राघू बंगेरा
		शिरीष जोशी

कलावंत

बापू	:	मंगेश कुलकर्णी
मित्रा	:	रोहिणी हट्टंगडी
पांडे	:	विनय आपटे
मन्या	:	सतिश पुळेकर
नमा	:	उज्ज्वला जोग

अंक पहिला

[बापू, वय अठरा ते वीसच्या आसपास. म्हणजे काही माणसे कायम पोरसवदा दिसतात त्यातला. हा रंगमंचावर उभा.]

बापू : (स्वत:शी; मग क्रमश: प्रेक्षकांना उद्देशून) एखादी प्रेमकहाणी तिऱ्हाईतपणे सांगता येत नाही. सांगताना ती आपली होते, आपलीच असते.

हे का होत असेल? दुसऱ्याचीच प्रेमकहाणी आपण आपली म्हणून का जगत असू? दुसऱ्याची मरणं आपण आपली करून का मरत असू? ही मित्राची प्रेमकहाणी. मित्रा–सुमित्रा. सुमित्रा देव. सुमित्रा माझी कोणी नाही. मित्रा माझी मैत्रीण. मैत्रीण म्हणजे मित्र. एक स्त्री आपला मित्र असू शकते? मित्रा होती. कॉलेजमध्ये मी पहिल्या वर्षाला असताना सुमित्रा देव बाहेरून कुठून तरी दुसऱ्या वर्षाला दाखल झाली. सगळ्या विद्यार्थिनींत ती वेगळी उमटली. इतर विद्यार्थिनी 'इश्शबाई, अय्याबाई'. सुमित्रा देवचं चालणं, बोलणं पुरुषी. दिसणं बेदरकार. हसणं मोकळं, गळाभर, मान मागे फेकून. नजरेला नजर भिडवणारे डोळे. बुद्धिमान् कपाळ. तिच्या एकूण व्यक्तिमत्त्वातच सहज असा बेडर पुरुषीपणा होता आणि तरी बांध्यात काहीतरी स्त्रीचं. पुरुषाला आकर्षण वाटेल असं.

आल्या आल्या विद्यार्थ्यांत ती प्रसिद्ध झाली. स्कॉलर विद्यार्थी तिच्याशी नोट्सची देवाणघेवाण करण्याची संधी हेरू लागले. गुंड विद्यार्थी कोपऱ्याकोपऱ्यावर घोळक्याने उभे राहून तिच्यासाठी शिट्ट्या घालू लागले. निदान शाब्दिक लगट साधू लागले. मी स्कॉलर नव्हतो. खेळाडूही नव्हतो. गुंड, ठरवूनही होऊ शकलो नसतो. कसल्याही राजकारणाची रुची मला नव्हती. एकाही प्राध्यापकाला माझं नाव पट्‌दिशी आठवलं नसतं. बाकं

भरण्यासाठी कॉलेजला पोचतात त्यातला मी होतो. वैशिष्ट्य
एकच. इन्फीरिऑरीटी कॉम्प्लेक्स. मी सुमित्रापर्यंत कसा पोचणार?
तिच्याशी बोलताना तर मी स्वतःला स्वप्नातसुद्धा पाहू शकलो
नव्हतो. पण ते प्रत्यक्षात घडलं. (खिशातून एक फोटो काढतो.
आपल्याला तो पाठीकडूनच दिसतो. फोटो पाहून) लेडीज
क्लोक रूमच्या बाहेरून जाताना काही तरी दिसलं म्हणून
वाकलो. पाहिलं तर फोटो. प्रथम वाटलं असेल कोणी तरी.
मग चेहरा ओळखीचा वाटला. म्हणून नीट पाहिलं. ती सुमित्रा
होती. सुमित्रा देव. धक्का बसला. उचलावा की तसंच पुढे
जावं, ठरे ना. आसपास कोणी नव्हतं. फोटो झट्दिशी उचलला.
वहीत लपवला. धडधडत्या छातीने सटकलो. कुणाला बोललो
नाही. खोलीवर आल्यावर एकांतात तो फोटो बराच वेळ बघत
होतो. आश्चर्याने आणि नापसंतीने पुन्हा पुन्हा भरत होतो. ही
काय बाई? काय पोशाख. आणि कोण हे उघडेबंब केसाळ
पुरुष. आणि तोंडात सिग्रेट! पुन्हा असा फोटो काढून घेतला!
आणि तोही निष्काळजीपणाने कुठे तरी टाकला. छी छी! हे
फार वाईट आहे. वाटेल त्याच्या हाती पडता म्हणजे?
मी तो फोटो जपून ठेवून दिला. कुणाचं तरी गुप्त रहस्य
सुरक्षितपणे आपल्याशी ठेवावं, तसा. सुमित्रा कॉलेजात दिसली
की ती तो फोटो मिळत नाही म्हणून अस्वस्थ आहे असं मला
वाटू लागलं. राहवेना. तो परत दिला पाहिजे असं मनानं
घेतलं. पण गाठावं कसं? चारचौघांत गाठण्याची सोय नव्हती.
त्या फोटोचा उगाच बभ्रा व्हायला नको होता. दोन दिवस
तिचा नुसताच पाठपुरावा केला. शेवटी भेट झाली.
सायकलस्टँडच्या पलीकडे. चिंचोळ्या गल्लीत. तिथं फारसं
कोणी त्या वेळी नसे. मीच धीर एकवटून–

[मित्रा सायकल घेऊन चालत येते. पुढे जाऊ लागते.]

बापू : देवबाई–(ती पुढे जात राहते.)
सुमित्– सुमित्राबाई– [मित्रा थांबते. वळून बघते.]
नमस्कार –
[सुमित्रा मान झुकवते, स्वीकार केल्यासारखा.] सॉरी हां–

मित्रा : कशाबद्दल?

बापू : नाही, असं हटकलं–

मित्रा : कोण तुम्ही? काय पाहिजे?

बापू : अंहं– काही नको– म्हणजे– तसं नाही; पण– तुमचं काही हरवलंय का?

मित्रा : माझं? नाही. का?

बापू : हरवलं असेल.

मित्रा : असेल. मग त्याचं काय?
[बापू फोटो असलेले एन्व्हलप हलकेच मित्राच्या हाती देतो. ती सायकल कमरेला टेकवून एन्व्हलप उघडते. आतला फोटो काढून पाहते.]

मित्रा : ओ– आय सी! हा कुठे सापडला तुम्हाला?

बापू : कॉरिडरमध्ये. लेडीज रूमच्या बाहेर.

मित्रा : अच्छा. मला माहीतच नव्हतं. ठीक आहे.
[फोटो त्याच्या हाती देते. निघते.]

बापू : (कसाबसा) तुम्हांला देण्यासाठी आणला हा– ठेवा ना–

मित्रा : (घेऊन) असं होय? (सहजपणे तो ठेवते.) थँक्स. नाव काय तुमचं?

बापू : श्रीकांत मराठे. फर्स्ट इयर– फर्स्ट इयर आर्ट्सला असतो मी–

मित्रा : कुठे जाणार? येत असलात तर चला चहा घेऊ. (त्याला पाहत) चहा घेता ना?

[बापू होकारार्थी मान हलवतो. मित्रा विंगेत सायकल टेकवून येते. दोघे हॉटेलात बसतात.]

बापू : (प्रेक्षकांना) मनाशी मी एवढंच म्हणत होतो की तिनं इथं सिग्रेट ओढू नये.

मित्रा : (ऑर्डर देत) बॉय, दो चाय, जल्दी लाव. (बापूला) सब्जेक्ट्स काय आहेत रे तुझे? अरे–तुरे म्हटलं तर चालेल ना? चालेल मला वाटतं. (बापू मुकाट्याने होकारार्थी मान हलवतो.) काय म्हणायचं तुला? घरी काय म्हणतात?

बापू : बापू.

मित्रा : 'बापू' ठीक आ. मी तुला बापूच म्हणेन.
[बापू 'चालेल' अशा अर्थी मान हलवतो.]
तू मला मित्रा म्हण. मित्रा म्हणतात मला.
[बापू पुन्हा मान हलवतो. चहा आणून ठेवलेला.]
सब्जेक्ट्स् कुठले सांगितलेच नाहीस– बापू–
[बापू सांगतो.]
आय सी. घरी कोण कोण आहेत?

बापू : आई, वडील, दोन भाऊ, दोन बहिणी. आजीसुद्धा आहे. वडिलांची आई. पण इथे नाही. गावी.

मित्रा : सांगलीकडचे का रे तुम्ही?

बापू : नव्हे–

मित्रा : सांगलीला लहानपणी आम्ही होतो तेव्हां समोर एक मराठे राहायचे.

बापू : काय की.

मित्रा : त्यांचा एक मुलगा होता. त्याच्याबरोबर मी लगोऱ्या, आबादुबी खेळायची. फार मार खाऊ लागला की तो रडत आईला हाका घालत घरी जायचा. (मान मागे फेकून हसते.) आई म्हणायची,

देवाची नजर चुकवून ही मुलगी झाली. मी सदा मुलांत.
गोट्या, विटीदांडू, आबादुबी, लंगडी आणि हुतुतूसुद्धा. मजा
यायची. तुला पोहता येतं की नाही रे बापू?

बापू : (संकोचून) नाही, म्हणजे मी जरा अशक्त होतो. आई जाऊ
देत नसे नदीवर.

मित्रा : हात् तुझी! अरे, आईला फसवून जायचं. आता काय खेळतोस?

बापू : (संकोचतच) काही नाही.

मित्रा : मी टेनिस खेळते. मजा येते. छान रग जिरते दोन–चार सेट्स
खेळले की. स्वत:ला दमवलं की मस्त वाटतं बघ. कुठे
राहतोस रे तू? होस्टेलवर?

बापू : नाही. खोली आहे. पार्टनर म्हणून राहतो.

मित्रा : आय सी. आमचा बंगला आहे डेक्कन जिमखान्यावर. छोकरा,
बिल लाव. (पैसे काढते.)

बापू : (घाईने) नको, मी देतो.

मित्रा : बोलावलं कुणी? द होस्ट मस्ट पे. (पैसे बिलाच्या थाळीत
टाकते) चल, जाऊ या.

बापू : (धीर करून) एक विचारू?

मित्रा : विचार की.

बापू : फोटो कुठे घेतला?

मित्रा : कुठला फोटो? तो! तो मुंबईला मढ आयलंडला पिकनिकला
गेलो होतो–

बापू : ते दुसरे... कोण?

मित्रा : कोण? (आठवत) एक माझा मावसभाऊ. मिलिटरीत असतो.
दुसरा त्याचा मिलिटरीतलाच मित्र. दोघे लीव्हवर आले होते.
मजा आली.

[बापू गप्प.]

(पाहात) का बाबा? गप्प का? माझ्या प्रेमाबिमात नाहीस ना? (मान मागे फेकून हसते.) चल, जाते मी. (विंगेतली सायकल घेऊन निघते. आठवण होऊन) थँक्स हां– फॉर द कंपनी. बघू या, भेटू पुन्हा. (हात हलवून निघून जाते.)

बापू : (प्रेक्षकांना) माणूस लांबून पाहताना ते एक प्रकारे दिसतं. मग प्रथम भेटलं की मत बदलतं. वाटलं होतं त्याहून वेगळंच, भेटल्यावर ते वाटतं. म्हणजे अगदीच निराळं नव्हे. पण जास्त खरं. मित्रा मला अशी खरी वाटली, आणि उगीच जरा जवळची. कॉलेजमध्ये मी आपण होऊन तिच्यासमोर जात नव्हतो, पण तिनंच एकदा कॉलेजच्या कॉरिडरमध्ये थांबून मला 'बापू' म्हणून हाक मारली. उभ्या जागेवरूनच मोठ्याने म्हणाली, 'संध्याकाळी भेट. काम आहे'. 'हो' म्हणताना धडधडती छाती उगीच थोडी पुढे होती. इतर विद्यार्थी हेव्याने पाहत आहेत असं मलाच नंतर खूप वेळ वाटत होतं. संध्याकाळी मी आवारात थांबलो. ती आली.
[मित्रा येते. हाती सायकल.]

मित्रा : चल, ग्राउंडवर जाऊन बसू.
[दोघे निघतात. मित्रा 'ग्राउंड' वर पोचल्यावर सायकल आडवी ठेवून जवळच बसते. बापू पलीकडे बसतो. दोघे स्तब्ध. मित्रा बापूकडे न पाहता तिसरीकडेच पाहते आहे.]

मित्रा : (एकदम तो शेजारी असल्याचे भान आल्यासारखी) तुला दुसरं काही काम नाही ना? नाहीतर माझ्यासाठी चुकायचं.

बापू : नाही. काम नाही. कॉलेजचा वेळ सोडून काय करावं तेच मला अनेकदा खरं म्हणजे कळत नाही.
[मित्रा पुन्हा स्तब्ध. नजर समोर कुठे तरी. अस्वस्थ वाटते आहे. बापू स्तब्ध.]

मित्रा	: (एकदम) चल, उठू या आपण.
बापू	: (गोंधळून) अं?
मित्रा	: जाऊ या. इथं बरं नाही वाटत.
बापू	: दुसरीकडे कुठे...
मित्रा	: नको. तू तुझ्या दिशेने जा. मी माझ्या.
बापू	: पण...
मित्रा	: यात काही अर्थ नाही आहे. जे आहे ते पत्करायला तयार असू तरच काहीतरी अर्थ असणार आहे.

[बापू न कळून पाहत राहतो.]
उठू या म्हणते ना. बघतोस काय बावळटासारखा?
[बापू दुखावून उठतो. मित्रा बसलेलीच.]
बैस.
[बापू जास्तच गोंधळलेला.]
अरे बैस.
[बापू त्याच मन:स्थितीत बसतो.]
माझं काही खरं नाही. मला आत्ता सीरिअसली घेऊ नकोस.
बसून राहते. नजर पुन्हा कुठे तरी. चेहरा बेचैन.
बापू अस्वस्थ.]
(आवेगाने) आपल्याला कोण घडवून पाठवतो? आपण असतो तसे का असतो? काय म्हणून आपण आपलेच गुलाम असणार?

बापू	: (पूर्ण गोंधळत) अं..?

[मित्रा हसू लागते. अनावर हसते.]

मित्रा	: तुला कशाला विचारते आहे मी हे? तुला काय म्हणा ठाऊक? तू अगदी मूल आहेस.
बापू	: असंच काही नाही–
मित्रा	: आपली आपल्यालाच उत्तरं शोधावी लागतात. कुणी नाही

मदत करू शकत. एकट्यानंच असायचं असतं. (एकदम बापूच्या हाताचा आधार घेते. आवेग. त्याचा हात तिने करकचून दाबून धरलेला. मग क्रमश: पकड ढिली पडते. मित्रा जरा विकल वाटते.)

बापू : मी.. काही– करू शकतो का? (भावविवश.)

मित्रा : नाही. (पाहते.) बापू, तुला माझ्या हातात काय जाणवलं?

बापू : (गोंधळलेला) जाणवलं–

मित्रा : काय वाटलं हात धरून ठेवला होता तेव्हां? काही वाटलं? कसा लागला हात?

बापू : हात–

मित्रा : काही वाटलं तुला? सांग की.

बापू : तुला काहीतरी त्रास होतोय–

मित्रा : हट्– म्हणजे– त्रास नसतो कुणाला?

बापू : कॅन आय डू एनीथिंग?

मित्रा : नो. एकच कर, जमलं तर.

बापू : काय?

मित्रा : काही नाही, मला सहन कर. मला मैत्रिणी नाहीत. मित्र नाहीत. होऊच शकत नाहीत. कदाचित्– तू सुद्धा जाशील–

बापू : (इमोशनली) नाही जाणार.

मित्रा : शब्द देऊ नकोस. जड जाईल.

बापू : दिला शब्द.

मित्रा : तितकं सोपं नाही ते. मी काय आहे, माहीत नाही तुला. कळलं तर जाशील.

बापू : नाही जाणार.

मित्रा : काही फायदा नाही कळूनसुद्धा!

बापू : हो.

[मित्रा हसू लागते एकदम.]
नक्की नाही जाणार. बघ तू.

मित्रा : बच्चा आहेस.

बापू : असं नको म्हणूस.

मित्रा : बरं. बाप्या आहेस. मग झालं? (मान मागे फेकून हसते.) बाप्या. (गंभीर होत) चल उठू या.

बापू : आता कशी आहेस तू?

मित्रा : मी? मस्त! अरे पासिंग मूड्स असतात. जरा वेळानं आपलं आपण बरं वाटतं. (उठते.) निघू या.

बापू : काम नव्हतं ना? असलं तर सांग. मी करीन.

मित्रा : काही नाही. काम असलं तर तुलाच सांगीन. बाय. (सायकलसकट निघून जाते.)

बापू : (प्रेक्षकांना) तो करकचला थंडगार स्पर्श, तरी मागे राहिलाच. त्याचा अर्थ लागत नव्हता. पण त्यातला आवेग झिणझिण्या आणीत होता. काय होत होतं मित्राला? त्या आकस्मिक हात–मिठीचा अर्थ काय होता? ती मिठी बसता क्षणी प्रथम वाटला तो संकोचच संकोच. मग एक भीती. मग गोंधळ, त्यानंतर घाई, हात सोडला जाण्याची. ती निघून गेल्यावर एक अननुभूत सुख. अर्थ कळत नव्हता तरी जवळीक वाढली होती. खोलीवर पार्टनर पांडेनं हटकलं.
[पांडे येऊन बुटांना पॉलिश करीत बसलेला. हा कॉलेजात दुसऱ्या वर्षाला.
बापू पलीकडे वाचण्याचा बहाणा करतो आहे पण पांडेच्या नजरेने अस्वस्थ.]

पांडे : बापू, मेरेको साफ बताव, भानगड काय आहे? बापू– ए बाप्या!

बापू	:	काय?
पांडे	:	हो का? करून सावरून पुन्हा चेहरा साळसूद!
बापू	:	लक्षात नाही आलं.
पांडे	:	लेका, कुठल्या पोरीबरोबर घुमतो रे?
बापू	:	मी? काहीतरीच काय?
पांडे	:	मी बोलतो ते काहीतरी? तू अगदी त्या गावचाच नाहीस जसा! मला रिपोर्ट मिळतात. लोक मला विचारतात. तुमचा पाल्य काय करतो माहीत आहे काय तुम्हांला? बापू, भडव्या, जपून. बाईचा नाद कठीण बरं! तो आम्हीच करावा. तुम्हांला निभायचा नाही. उगाच पस्तावशील.
बापू	:	असू दे.
पांडे	:	असू दे तर असू दे. पण आपली ओळख तर एकदा करून देशील का नाही?
बापू	:	नाही.
पांडे	:	नाही? मला नाही म्हणतोस? ही हिंमत? अबे, मनात आणीन ना, तर तसल्या एक नाही, दोन नाही, दहा पोट्ट्या खेळवील हा पांड्या.
बापू	:	खेळव की. मला कशाला सांगतोस?
पांडे	:	छ्या:! कामातनं गेला.
बापू	:	पुन्हा या विषयावर मला काही विचारू नकोस.
पांडे	:	पोरी तुला झेपणार नाहीत. कळलं म्हणून चौकशी केली. मला तुझीच काळजी बाबा.
बापू	:	माझं काय ते मी पाहीन.
पांडे	:	हो का? पाहा, पाहा. मदत लागली तर केव्हांही हाक मार, काय? आपण श्रीकृष्णासारखे धावून येऊ. नाही, तुझा गार्डियन पार्टनर म्हणून सांगतो.

बापू : (रागानेच) थँक यू.

[पांडे बूट चढवून वेडावाकडा गात निघून जातो.]

बापू : (प्रेक्षकांना) पांडे हा तसा रासवट माणूस. शब्दाचासुद्धा मुलायमपणा त्याच्याकडे नाही. तो असाच बोलणार. तरीही नको वाटलं. मित्राचं आणि माझं नवं नातं मला बोलण्यापुरतं देखील कुणाशी वाटून घेण्याची इच्छा नव्हती. तो मला फक्त माझा अनुभव राहावा असं वाटत होतं, आणि तरी ठरवता येत नव्हतं. जमू बघणारं हे नातं नक्की काय आहे? घडतं आहे ते काय आहे? सगळं कुठं चाललं आहे? अभ्यासात, कशातच लक्ष लागत नव्हतं. मनाशी, दहादा तिचा हात पकडून थरथरत्या स्वरात मी तिला विचारीत होतो, तुझ्या वागण्याचा अर्थ काय मित्रा? माझ्याकडून तुझी काय अपेक्षा आहे? प्रत्यक्षात नव्या भेटीची वाट पाहत होतो आणि–

[पांडे येतो गडबडीने.]

पांडे : बापू, तुला कळलं का नाही?

बापू : काय?

पांडे : तुझ्या त्या पोरीने– मित्राने– सुइसाईड केला.

बापू : (सुन्न होत) काय?

पांडे : ओ स्सॉरी– म्हणजे जिवंत आहे ती– तिनं झोपेच्या बऱ्याच गोळ्या घेतल्या.

बापू : मित्राने?

पांडे : येस.

बापू : तुला काय ठाऊक?

पांडे : मला काय ठाऊक? सगळं कॉलेज बोंबलतंय सकाळपास्नं. तू खोलीवर असल्यानं तुला पत्ता नाही.

बापू : मला नाही वाटत.

पांडे : मग मरा च्यायला. जाऊन बघून ये. रूबी नर्सिंग होमवर आहे
ती. च्यायला भलतीच फास्ट आहे.
[पांडे आला त्याच्या विरुद्ध दिशेने निघून जातो.]

बापू : (प्रेक्षकांना) विश्वास बसे ना. सुइसाईड? मित्राने सुइसाईड
केला? का केला? कशावरून? कारण काय? कॉलेजमध्ये
अफवांचं पीक आलं होतं. लग्न मोडलं म्हणून. प्रेमातल्या
फ्रस्ट्रेशनपायी. घराण्यातच टेंडन्सी. कुणापासून दिवस गेले
होते. नावंसुद्धा कुजबुजली जात होती. ऐकून कंटाळा येत
होता. डोक्यात कल्लोळ होत होता. काय असेल? मुळात,
कशी असेल? शेवटी भीत भीत नर्सिंग होममध्ये गेलो. खोली
शोधून काढली. ती गाढ झोपली होती. नाकाला नळ्या. हाताच्या
शिरेत ड्रिपची सुई. अगदी मंद श्वासोच्छ्वास चालला होता.
पलीकडे घरची माणसं. त्यांनी मला पाहिलं, मी त्यांना. कोरे
चेहरे. तसाच धीर करून उभा राहिलो. विलक्षण वाटत होतं.
गाढ झोपेतली मित्रा. अर्भकासारखा शांत, निर्विकार पण खूप
कोमेजलेला पांढरा चेहरा. ही मित्रा वेगळीच होती. मग ती
गदगदा हसणारी, पुरुषी रुबाबात सायकल हाणीत जाणारी,
बाप्या म्हणून मला हटकणारी मित्रा?
पुढचे काही दिवस यातच गेले. ऐकलं की आता ती घरी गेली
आहे. एक दिवशी चक्क ती कॉलेजच्या आवारात.
[मित्रा येते सायकलसकट.]

मित्रा : बापू– ए बाप्या–

बापू : (पाहून चकित. मग आनंदित.) मित्रा!

मित्रा : मीच. का? आश्चर्य वाटलं तुला, मेले नाही म्हणून?

बापू : नव्हे. आज–इथे दिसशील असं वाटलं नव्हतं–

मित्रा : आले. घरी कोंडून राहायचा कंटाळा आला.

बापू : आता कशी आहेस?

मित्रा : कोण? मी? मस्त. मेले तरी पुन्हा जीव देणार नाही. फार त्रास बाबा.

बापू : तुला भेटायचंय– संध्याकाळी भेटू या?

मित्रा : कारण हवं असेल तुला.

बापू : कसलं? (दुखावून) नाही. एवढ्यासाठीच भेटायचं म्हणतो असं का वाटलं तुला?

मित्रा : तेच अनेकांना हवंय म्हणून. तुला हवं असलं तरी चुकलं काहीच नाही.

बापू : मला नकोय.

मित्रा : बरं. भेटू संध्याकाळी– येते मी– तू हिलवर थांब– देवळाशी– (सायकलसकट जाते.)

बापू : (प्रेक्षकांना) वरपांगी नॉर्मल असल्याचं दाखवत असली तरी मित्रा नॉर्मल नव्हती. एक बहाणा करीत होती. शो ऑफ होता– असं मला वाटत राहिलं.
[मित्रा येते.]

बापू : सायकल?

मित्रा : आणली नाही. कुणाला नकळता आले.

बापू : ते का?

मित्रा : बिनडोकसारखा विचारू नकोस. जीव देण्याचा प्रयत्न केलेल्या माणसाला कुणी एकटं सोडतं?

बापू : पण सकाळी कॉलेजात...

मित्रा : रखवालदार होता– घरची मोलकरीण. जरा अंतरावर होती. आई स्वतःच यायला निघाली होती. पण मी म्हटलं, अशानं मी पुन्हा झोपेच्या गोळ्या घेईन! (हसते.) ही धमकी तूर्त रामबाण आहे बघ. जीव देणाऱ्या माणसाला जाम घाबरतात

लोक! आता सांगून निघाले असते तर पुन्हा रखवालदार लागला असता पाठी. म्हणून सायकल पण घेतली नाही, साडी बदलली नाही. तशीच सटकले.

बापू : पत्ता लागणार नाही?

मित्रा : लागू दे. करतील जरा शोधाशोध.

बापू : नको. तू आपली लौकरच जा. उगाच त्यांना काळजी नको.

मित्रा : हो रे बाबा. कळलं, तुला फार चिंता त्यांची ते.

बापू : तसं नव्हे...

मित्रा : (थोडी थांबून) बोल काय ते.

बापू : कशाबद्दल?

मित्रा : अरे तूच म्हणालास ना भेटायचंय म्हणून?

बापू : हूं हूं. ते असंच.

मित्रा : डोण्ट टेल मी! मी एवढी जीव मुठीत घेऊन आले ती काय तुला असंच भेटायचं म्हणून?

बापू : मग काय तर...?

मित्रा : गाढव आहेस. एनी वे, आले तर बरं वाटतंय मला. सुटका वाटतेय. शुद्धीत आल्यापासून कायम मी पहाऱ्यात. सगळ्यांची नजर माझ्यावर. मी साधी उठले, बसले तरी माणसं दचकतायत. प्रत्येकाच्या मुद्रेवर दाट संशय आणि स्वरात एक खोटी आपुलकी. (तो पाहतो आहे हे पाहत) तू का असा बघतोस?

बापू : (नजर दूर फिरवून) कुठे...

मित्रा : जीव देणारं माणूस म्हणजे एखादं विचित्र जनावरबिनावर वाटत असेल, नाही रे तुम्हांला?

[बापू अपराधीपणे नकारार्थी मान हलवतो.]

शुद्धीत आल्यापासून, आपल्याला एखादं शिंगं फुटावं किंवा वशिंड यावं तसं वाटतंय मला. बघणाऱ्या सगळ्या नजरांत तेच.

बापू : सॉरी... तसं नव्हतं माझ्या मनात...

मित्रा : (अनपेक्षित हिंस्त्रपणे) खोटं बोलू नकोस! (मग पूर्ववत् होत) मला कळतं. तुमचं तरी काय चुकलं, मी तुम्हांला तुमच्याहून वेगळी वाटले तर? पण राग येतो. डोकं सैरभैर आहे.

बापू : एक विचारू?

मित्रा : विचार. तेच तर सांगतेय.

बापू : रागावणार नाहीस ना?

मित्रा : रागावले तर काय झालं? तुझं मी काय वाकडं करणार?

बापू : नव्हे, पण... (धीर करून) का केलंस तू हे?

मित्रा : दॅट्स इट! बघ– सकाळी म्हणालास, तुला हे नकोय म्हणून.

बापू : सकाळी नाही, आता सुचलं हे... त्रास होत असेल तर राहू दे–

मित्रा : त्रास जगल्याचाच होतोय मला. पण खरं सांगू का? छानही वाटलं. डोळे उघडले... हळू हळू कळलं, हे ओळखीचं आहे... मी सवयीच्याच जगात आहे... कुठे तरी चिमण्या चिवचिवत होत्या... आई बाळाला समजावत होती... बोबड्या बोबड्या स्वरात... ओ लो लो लो लो ..ललू नको हां... आता झ्यालं... झ्या... लं... रेडियो चालू होता... 'या बॉतम्यॉ ऑपल्यालॉ केशव ठकॉर देत आहेत...' सवयीचे निरर्थक आवाज... मी खूष झाले... तुला मी का असं केलंय ते हवंय. सांगितलं तर कळेल बापू तुला? मूल आहेस म्हणून म्हणते.

बापू : (काहीशा जोराने) मी मूल नाही.

मित्रा : बरं नाही. तू बाप्या आहेस! (मजा वाटून हसते.)
[बापू गंभीरपणे पाहतो आहे.]
सांगते ना. कसंही सांगितलं तर चालेल ना? (मनाची तयारी करते आहे. मग) तू माझ्याकडे पाहू नकोस. तिकडे पाहा.

नुसतं ऐक.

[बापू तसा बसतो.]

(प्रयत्नपूर्वक) एक मुलगी होती. तिला मुलींपेक्षा मुलांत खेळायला आवडायचं. मुलांचे खेळ आवडायचे. मुलं अंगझटीला आली तरी संकोच म्हणून वाटायचा नाही. 'हूं' म्हटलंस तर चालेल अधूनमधून. म्हणजे मला कळेल, माझ्यापुढे दगड बसलेला नाही म्हणून!

बापू : हूं.

मित्रा : मोठी माणसं ओरडायची, पण ती मनावर घेत नसे. होता होता मुलगी मोठी झाली. वयात आली. तशी मोठ्या माणसांना पडली काळजी. मग तिच्यावर कडक बंधनं घातली जाऊ लागली. 'लोक काय म्हणतील?'चा बागुलबुवा तिच्यापुढे कायम उभा केला जाऊ लागला. तिच्या वयाच्या मुलीने पुरुषी जगापासून जपायला हवं हे तिन्ही त्रिकाळ तिच्या मनावर ठसवलं जाऊ लागलं. तिला याचा अर्थ कळत नव्हता. पुरुषात असं काय धोकेबाज होतं? आणि हे पुरुषच तिला का बजावीत होते? तिचे वडील, आजोबा पुरुष नव्हते? पण तशी ती घरेलूच होती. अर्थ न कळताही तिनं मानलं. मर्यादा घालून घेतल्या. त्रास होई पण ती मर्यादशील जगत होती. काय रे, ऐकतोस ना?

बापू : (ऐकण्यातून भानावर येत) हो.

मित्रा : मग हूं म्हण.

बापू : हूं.

मित्रा : (वेडावत) हूं! घुबड कुठला. तल मग काय झ्यालं, त्या मुलीच्यं कि नी, कुठल्या तली 'डीछेंट' मुलाछी ज्यमावं म्हणून घलच्या सल्वांना झ्याली इच्छा. मग त्या मुलीला त्या 'क्ष'

मुलाला भेटत जा म्हणून आग्रह सुरू झाला. तसे प्रयत्न होऊ लागले, संध्या निर्माण करून देण्यात येऊ लागल्या. प्रेमळ सक्तीच सुरू झाली. तर ती आज्ञाधारक मुलगी तसं करू लागली.

बापू : (आठवण होऊन) हूं.

मित्रा : नशीब माझं! तर हे करताना त्या मुलीला कळू लागलं की आपल्याला पुरुषाचा सहवास हवा आहे, पण 'तसा' नको. म्हणजे त्या 'क्ष' पुरुषाला भेटल्यावर तिच्या अंगावर रोमांच वगैरे काहीच येत नव्हते; किंवा कसली धडधड, फडफडसुद्धा होत नव्हती. मात्र त्याला हे सर्व होत असावं, आणि तिचं होतच असणार असं तो आपला मानत होता. मग तिला हे सर्व वाटू लागलं विचित्र. इतर मुलींचं होतं तसं माझं का होत नाही? पुरुषाशेजारी मी नि:संकोच आणि अगदी कम्फर्टेबल कशी असते? सहजपणे त्याच्या खांद्यावर हात कसा ठेवते? त्याला हुरहूर सुरू झाली की मला विचित्र का वाटू लागतं? आतापर्यंत ऐकले वाचलेले सर्व चावट आणि अश्लील जोक्स आठवून ती त्याला भेटू लागली, तरी तेच. तिला तो हवा वाटत होता; पण त्याचे ॲडव्हान्सेस चमत्कारिक आणि कंटाळवाणे वाटत होते. (बापू करीत नाही म्हणून स्वत:) हूं.

बापू : (आठवण होऊन) हूं– हो ना– ऐकतोय मी–

मित्रा : कथेकरीबुवासारखी कथा सांगत नाही मी! त्या मुलीच्या मेंदूत विचारानं किडे झाले. तिनं ठरवलं, आपल्यातच काहीतरी कमी असलं पाहिजे. आपण चुकीच्या असलो पाहिजेत. स्वत:ला दुरुस्त करायला हवं. तेही कोणाला न कळता.

बापू : (ती बोलायची थांबते म्हणून) हूं.

मित्रा : (डिस्टर्ब्ड) त्या डीसेंट मुलालाही कळून चालणार नव्हतं. काय करावं? तशी– (अडखळत) तिनं– एक प्रयोग केला.

बापू   : कसला?

मित्रा   : (ऐकले नसावे अशी) कुणाला– नाही– सांगितलंय, फक्त तुला– का कुणास ठाऊक– सगळा मूर्खपणा सांगते. (त्रास होतो आहे. सिगरेट काढून पेटवते. हाताला थरथर. छातीभर झुरका घेऊन) घरात एक नोकर होता. जुना होता. त्यांनं– त्या मुलीशी– मुलीमध्ये बरेचदा इंटरेस्ट दाखवला होता. घरात– फक्त तिलाच कळेल असा. म्हणजे आणखी कुणी म्हणून नव्हे, एक–एक मुलगी म्हणून– यू नो व्हॉट. तो तसा होता. (एकदम हात गच्च पकडून) वचन दे, कुणाला सांगणार नाहीस म्हणून– शपथ घे. घेतोस?

बापू   : (गोंधळलेला, पण) हो... घेतो. घेतली. (हात सोडवून घेण्याची ताकद नाही.)

मित्रा   : (हात सोडते. अजून स्वतःशी झटापट करीत) तिनं– त्याला– भेटायचं ठरवलं– (आवंढे) भेटली. ठरवून. निश्चय करून– तयारी करून– (मोठा आवंढा.) आणि तिला– कळलं– कळलं की हे आपल्यासाठी नाही. आपण यात नाही. आपण हे कधी निभवू शकणार नाही. आपण वेगळ्या आहोत. कुठल्याच पुरुषाची स्त्री आपण होऊ शकणार नाही, कधीही नाही. (प्रचंड वादळ– मग एकदम ते निवत जाते. सिगरेट विझवून फेकते. आता स्वर कोरडा.) तिनं मरायचं ठरवलं. गोळ्यांवर गोळ्या गिळल्या. सगळं शांत होऊ लागलं. तशी तिला वाटलं, चला, संपलं एकदाचं. झोपून गेली. पुन्हा पाहते तर काही संपलेलं नाही. सर्व चालूच आहे. आपल्यासकट. बाप्या नावाच्या एका घुबडासकट. (मोठ्यांदा हसते.) घुबड! बापू नावाचं घुबड! घुबड बापू. (मग हसू सोडून) रागवू नकोस बापू. हसण्याची गरज असली म्हणजे मी असंच करते. काहीही

चालतं. (दीर्घ श्वास सोडून) सो, दॅट्स दॅट.
[बापू चूप.]
(जरा थांबून) काय वाटलं तुला?

बापू : (अवघडला आळस देत) कळत नाही. म्हणजे ठरवणं कठीण आहे. नवीनच आहे सर्व.

मित्रा : ठरेपर्यंत पुन्हा भेटू नकोस.

बापू : पण आता तू पुढे काय करणार?

मित्रा : कशाचं? माझं म्हणतोस? अजून ठरवलं नाही. आता मरायचं नाही एवढं मात्र ठरवलंय.

बापू : घरी सांगणार आहेस?

मित्रा : काय? नाही. ते सांगणार नाही.

बापू : मग घरून ते ठरवलंय त्याचं?

मित्रा : ते मोडणार. जीव देणारीशी कोण लग्न करायला तयार होईल? तू होशील?

बापू : (गोंधळून) अं?

मित्रा : अं काय अं? पण घरी केव्हां तरी सांगावं लागेल. दुसरं काही नाही, सांगितलं तरी त्यांना कळावं कसं हा प्रश्न आहे. असलं काही असतं हेच त्यांना माहीत नसेल. माहीत असलं तरी तेरी भी चूप, मेरी भी चूप करून राहण्याची रीत. जाऊ दे. मी निघते आता.

बापू : तुला एक माहीत आहे?

मित्रा : (जाऊ लागलेली वळते) काय?

बापू : मी आलो होतो– हॉस्पिटलमध्ये. तुला पाहायला.

मित्रा : डोण्ट टेल मी. मी– कशी वाटत होते?

बापू : तू? एखादी छोटीशी मुलगी खेळून खेळून दमून झोपून जावी तशी वाटत होतीस. त्या सुया आणि नळ्यांचा फार राग आला

मला. सगळं काढून टाकून तुला 'ऊठ' म्हणावंसं वाटलं.
तिथले सगळे माझ्याकडे नुसतेच टकटका बघत होते. तुझ्या
घरचे सगळे. मग पळून आलो.

मित्रा : (नि:श्वास) हूं... जाऊ? पुन्हा केव्हां सांगता येत नाही, पण
भेटेन. (निघून जाते.)

बापू : (प्रेक्षकांना) मित्राला म्हणालो त्यात एक बोलू धजलो नव्हतो.
तिला हॉस्पिटलच्या खोलीत शांत झोपलेली पाहिली आणि
अनावर झाली त्या निरागस वाटणाऱ्या पण भरल्या शरीराला
खूप जवळ घेण्याची इच्छा. मित्राला सांगताना हे सांगायला
जीभ अडली. मित्रा निघून गेल्यावर किती वेळ मी विचार
करीत होतो. मित्रानं स्वत:संबंधात सांगितलेलं चक्रावून टाकत
होतं. अशा मुली असतात? जन्मत: असतात की नंतर होतात?
हा आजार म्हणावा की माणसांचा एक प्रकार? त्यांचं कसं
होत असेल? मित्राचं काय होईल? सगळंच अद्भुत वाटत
होतं आणि ओंगळवाणं. भयंकर. खरं तर कारण नव्हतं, पण
कुणाशी तरी बोलल्याशिवाय राहवेना म्हणून खोलीवर पांडेकडे
आडून विषय काढला.
[पांडे येऊन एकाग्रतेने दाढी करीत आहे.]

बापू : पांड्या, काही माणसं वेगळीच असतात. म्हणजे आपल्याहून
भलतीच निराळी.

पांडे : (दाढी करीत) त्यांना पोट्ट्या म्हणतात.

बापू : तसं नव्हे– ते नाही म्हणत मी. पण उदाहरणार्थ एखादी ही–
पोरगी– वेगळी असते– वेगळी म्हणजे– म्हणजे तिला पुरुषाचं
काही आकर्षणच नसतं–

पांडे : (दाढी चालू) फ्रिजिड.

बापू : काय म्हणालास?

पांडे : फ्रि–जि–ड. म्हणजे पुरुषानं हात लावला की दगड.

बापू : तेच.

पांडे : त्याचं काय?

बापू : (घाईने) नव्हे –मनाशी आलं, त्यांचं मोठं बिकट असेल. म्हणजे आयुष्य.

पांडे : त्यांना भेटणाऱ्या पुरुषाचं नक्कीच असणार. तोंड दाबून बुक्क्यांचा मार साले हो.

बापू : पण... अशा या का होतात?

पांडे : काय म्हणालास?

बापू : असं का होत असावं?

पांडे : ए, इकडे बघ पैले. तुला नाही ना भेटली तसली एखादी?
[बापू घाईने नकार भरतो.]
मग मरू दे ना यार. सकाळ सकाळला कशाला असले अमंगळ विषय? थोडक्यात सांगू काय? हिजडे असतात ना? तशा या फ्रिजिड बाया.
[बापूचे समाधान झालेले नाही.]
ते जाऊ दे. बापू, यार, तुझ्याकडे आपलं काम आहे.

बापू : माझ्याकडे?

पांडे : गॅदरिंगच्या ड्रामा कमिटीवर निवडून आलोय ना यार आपण. प्रिन्सिपल म्हणतो, पोट्टे आणि पोट्ट्यांचं मिक्स नाटक बंद. त्यांनं अनीती बोकाळते. पोट्टे वेगळं नाटक करतील, पोट्ट्यांचं वेगळं नाटक बसवा. आता आफत आली का? पोट्ट्या वेगळं नाटक करणार म्हणजे पुरुष पार्ट करायला जरा उफाड्याच्या पोट्ट्या तर हव्यात? आणि नावं दिलेल्यात एक पण फिट् नाही अशी डायरेक्टर तक्रार करीत होता.

बापू : मग?

पांडे : तुझ्या त्या मित्तरसिंगला पटवून दे.

बापू : कुणाला, मित्राला? पांड्या, ते जमणार नाही. अलीकडेच एका मोठ्या प्रकरणातून निभावलीय ती, तुला ठाऊक आहे.

पांडे : म्हणजे जीव देण्याच्या ना? सालं ते तर होऊन गेलं.

बापू : ते ताजं असताना ती नाटकात काम कसं करील?

पांडे : विचारून तर बघ.

बापू : अरे विचारणाराला काही हवं की नाही? ती एवढी त्रासात–

पांडे : तू विचार तर. फार तर नाही म्हणेल.

बापू : मी मुळीच विचारणार नाही.

पांडे : बापू, तू तिच्या जवळचा म्हणून मस्का लावतोय–

बापू : मला जमणार नाही. पुन्हा हा विषय काढू नकोस.

[पांडे खांदे उडवून जातो.]

बापू : (प्रेक्षकांना) पांडेनं तो विषय माझ्याकडे पुन्हा काढला नाही. त्यानं परस्पर तिला गाठून विचारलं आणि सांगत आला की तिनं 'हो' म्हटलं. मला खरं वाटे ना. असं कसं होईल? कॉलेजमध्ये तिच्या आत्महत्येचा प्रयत्न अजून बोलला जात असताना मित्रा नाटकात काम कसं करते? न राहवून मित्राला गाठलं. ती म्हणाली, "का? काय झालं? तुला पसंत नाही?" मी मूग गिळीत म्हणालो, "तसं नव्हे, पण..." ती म्हणाली, "एवीतेवी सगळ्या जगण्याचंच नाटक झालंय, मग सरळ नाटक का नको करू?" म्हणाली, "मला असं काही तरी हवंच होतं. तेवढा वेळ घरापासून लांब."

मित्रानं नाटकात काम केलं. मी प्रेक्षकांत होतो.

[नाटकातला प्रवेश. प्रणय–प्रसंग. मित्रा पुरुष वेशात रुबाबदार वाटते. नायिका म्हणून नमा नाजूक आणि बाहुलीवजा वाटते. साऊंड ट्रॅकवर प्रेक्षक विद्यार्थ्यांच्या शिट्ट्या, कॉमेंट्स, टाळ्या.

मित्रावर याचा परिणाम नाही. नमा मात्र जरा बुजलेली.]
नाटक संपलं तशी शिष्टाचार म्हणून भेटायला गेलो.
[नायिका झालेली नमा आत निघून गेलेली. पुरुष वेशातच
मित्रा सिगरेट ओढीत उभी.]

बापू : मित्रा, कॉंग्रॅट्‌स. आवडलं तुझं काम.

मित्रा : मनात नसताना कशाला सांगतोस? निष्कारण खोटं बोलणं
वाईट, बाप्या.

बापू : (दुबळा प्रयत्न.) नाही, खरंच सांगतो–

मित्रा : शटप्. तुला तू ओळखतोस त्यापेक्षा जास्त मी ओळखते.
मलाही डोक्याला व्याप हवा होता दुसरा कसला तरी, तो
पुरला. आता पुन्हा उद्यापासून प्रश्न आहे.
[नायिका झालेली नमा मेकअप तसाच ठेवून पण साडी बदलून
बॅग घेऊन मन्याबरोबर येते.
मन्या दळवी सेकंड इयरचा विद्यार्थी. दिसायला राजबिंडा.
बांधा चांगला. ही दोघे रंगमंच ओलांडून आत जाऊ लागतात.]

नमा : गुड नाईट मित्रा–

मित्रा : (एकदम पुढे होऊन तिला पकडून तिचा मुका घेऊन)
गुड नाईट डार्लिंग. अँड स्वीट ड्रीम्स.
[नमा याने गोंधळलेली. बापू, मन्या पाहत आहेत. दोघांनाही
हे खटकलेले. नमा, तिच्या मागोमाग मन्या जातात. जाताना
मन्या बापूला नुसती ओळख देऊन जातो.]

बापू : (सावरत) छानच दिसल्या त्या– नायिका म्हणून.
[मित्रा नमा गेली तिकडे नजरेने हरवलेली. मग बापूकडे पाहते.
पण अजून नमामध्येच गुंतलेली.]

मित्रा : काय म्हणालास? आवडली तुला?
[बापू मान हलवतो आज्ञाधारकपणे.]

मित्रा	:	चंट आहे. (अजून तोच मूड.)
बापू	:	(दुसरे न सुचून) निघतो.
मित्रा	:	(त्याच मूडमध्ये) हो. हो. चालेल.

[बापू तिच्याकडे पाठ वळवून अपस्टेजला जातो. मित्रा हरवलेल्या मन:स्थितीतच सावकाश आत जाते, पुरुषी चालीने, पुरुषी पोशाखात.]

बापू	:	(प्रेक्षकांना) पांडे त्या रात्री खोलीवर आला तो तरंगतच.

[पांडे येतो. जरा प्यायलेला आहे.]

पांडे	:	बापू– यार मार डाला! कलेजेका फालुदा हो गया एकदम! साली काय दिसली!
बापू	:	फारच देखणी दिसली हिरॉइन म्हणून.
पांडे	:	कोण? नमा देशमुख? अबे, गोली मार नमा देशमुखको. मित्तरसिंग...
बापू	:	(आश्चर्याने) तिचं काय?
पांडे	:	तिचं काय? सालेओ बघितलं नाही? ओ हो हो, काय रुबाब, काय तोरा! पावला पावलाला साली चॅलेंज फेकत होती ना! असं वाटतं होतं की...
बापू	:	(अस्वस्थ होत) मित्राही तिच्या पार्टात तशी ठीक वाटली.
पांडे	:	ठीक? भडवेओ तुम्हांला नजर नाही नजर. नुसत्या कवड्या दिल्या बसवून देवाने डोळे म्हणून. मित्रा ठीक वाटली? हाय हाय, वाटून राह्यलं होतं, स्टेजवरनं नाही, काळीज तुडवीत फिरते आहे! काय बघणं, काय हसणं, काय उभं राहणं...
बापू	:	(काळजीने) पांड्या, नाटकानंतर घेतलीस वाटतं?
पांडे	:	अलबत घेतलीय. साला ग्यादरिंगचा भारी शीण झाला. पण बापू भडव्या, आपण नशेत नाही काहीतरी बोलत. आईशपथ सांगतो, आपण ठार मेलो. तिच्या नुसत्या श्वासावर आपण

जान टाकतो, यात काय ते समजून जा ना! आपल्या मनात ती
भरली– बस्स!

बापू : इतके दिवस तर रोज बघत होतास की– कॉलेजात–

पांडे : चकवा झाला होता. सालं दिसलंच नाही. आज गहजब झाला.
स्टेजवर नुसती आली– ओ हो हो हो! तिथेच आपला जान
गायब!

बापू : नमाबद्दल म्हणत असशील तर ठीक; पण मित्राबद्दल...

पांडे : अबे छोड ना नमावाला. चिमणी चिवचिवावी तशी कुठं आली,
कुठं गेली कळलीच नाही. बापू, दोस्त, दोस्तीके वास्ते इतना
कर. आपली गाठ घालून दे–

बापू : भलतंच काही तरी बोलू नकोस.

पांडे : आईशपथ सांगतो. तुला कोंबडी खायला घालीन, सिनेमा
दाखवीन, काय म्हणशील ते आपण तुझ्यासाठी करतो ना,
पण आपल्याला तेवढं पोचवून दे!

बापू : पांड्या, तू म्हणतोस त्यात अर्थ नाही.

पांडे : का नाही?

बापू : म्हणजे– अरे तू समजतोस तसं काही नाही– वेगळं आहे–

पांडे : काय वेगळं आहे?

बापू : मला सांगता नाही यायचं.

पांडे : मग बोलू नकोस! मुकाट तेवढं मला भेटवून दे. म्हणजे तसं
तिच्याशी डायरेक्टसुद्धा बोलू शकलो असतो– नाटकात पार्ट
करण्याचं आपणच विचारलं की तिला– पण आता सालं सगळं
कठीण आहे. म्हणजे तसं गाठूसुद्धा– पण नाही म्हणाली का,
तर आपण संपलो. बापू, मग आपण ट्रेनखाली जाणार. पुलावरनं
सीधे नदीत पडणार. आय विल टेक पॉयझन. घुशी मारण्याची
दवा घेऊन टाकणार. तिच्याशिवाय सालं जगणं मुश्किल आहे.

बापू, भडव्या, दोस्तीचा सवाल आहे. आपलं एवढं काम करून सोड. नंबर लाव. पुन्हा काम म्हणून सांगणार नाही–

बापू : (निग्रहाने) मला जमणार नाही.

पांडे : बघ–

बापू : नाही पांड्या, तुझं हे काम मी करणार नाही. तू मला नसती गळ घालू नकोस.

पांडे : नसती गळ? नसती गळ काय! ठीक आहे. साला बघ आता तू, मी काय करून राह्यलो ते. आय विल टेल हर. आपण सांगून टाकतो. काय गुन्हा आहे? आणि असला तर साला झालाय. होऊन जाऊ दे नं काय व्हायचं ते– गुन्हा कबूल करतो ना आपण. (बडबडत आत जातो.)

बापू : (प्रेक्षकांना) पांडेला हे काय भलतं आठवलं? त्याला कसं सांगायचं? सांगितलं तर षट्कर्णी व्हायला वेळ नाही लागणार. शपथ मोडणार. मित्राला त्रास होईल. मुख्य म्हणजे ही तिच्याशी दगाबाजी होईल. ते करायचं नाही. मग पांडेला कसं आवरावं? [मित्रा येते. पोशाख नेहमीचा. हाती सायकल.]

मित्रा : बाप्या तुलाच शोधतेय.

बापू : (निर्जीव स्वरात) काय मित्रा? कशी आहेस?

मित्रा : (त्याच्या अंगाला हात लावीत) काय रे, बरं नाही की काय तुला? बेडकासारखा थंडगार तर आहेस. चल, बसू या कुठे तरी.

बापू : आत्ता? मला जरा काम होतं–

मित्रा : मग हो चालता. जा! भाव खातोय.

बापू : मी भाव नाही खात–

मित्रा : येतोस की नाही सांग. दुसरं तिसरं ऐकायचं नाही मला.

बापू : बरं चल–

[दोघे ग्राउंडवर येऊन बसतात. सायकल मित्राच्या बाजूला.]

मित्रा : बापू, तुला काही सांगायचं आहे. अलीकडचं सगळं तुलाच सांगते तसं हे पण सांगणार आहे. समजू शकला नाहीस तरी निदान गावभर करणार नाहीस. नाटकाच्या धांदलीत आपण बरेच दिवस भेटलो नाही, नाही? म्हणजे असं, मध्यंतरी बरंच काही घडलं आहे. घरचं तुला मी सांगितलं? नाही मला वाटतं. सांगणार कधी? घरी आता जरा सुसह्य आहे. मी काहीच बोलले नाही, पण त्यांना कळलंय म्हण, साधारण काहीतरी जाणवलंय म्हण, माझ्या लग्नाचा नवा प्रयत्न अद्याप नाही. का रे? तू का असा कासवासारखा पाय पोटात घेऊन?

बापू : नाही ग, कुठे?

मित्रा : तू असाच. पडका बुरूज कुठला. (हसते मनापासून.) की फुटका टरबूज? (खूष होऊन) दोन्ही. ए, जरा हस की. (बापू तसाच.) हस, नाहीतर गुदगुल्या करीन!

बापू : पुरे ग. काय पोरकटपणा!

मित्रा : हस– हस, हसतोस की नाही? (गुदगुल्या सुरू करते.)

बापू : अग– अग– (कासावीस होऊन हसतो.) हे काय. आधी बस्स कर.
[मित्रा गुदगुल्या थांबवून गदगदून हसत बसलेली.]
काय हे! कुणी पाह्यलं तर?

मित्रा : मुख्य तुला सांगायचंच आहे. (बघता बघता अंतर्मुख होते.) बापू, पुरुषाबद्दल वाटायला पाहिजे– तसं काहीतरी कुणाला– कुणाला कशाला? मलाच– एका– मुलीबद्दल वाटलं–

बापू : (गोंधळून) अं?

मित्रा : काय म्हणशील तर तू?

बापू : मी? काही नाही.. का?

मित्रा : कारण तसंच झालंय. म्हणजे एक्झॅक्टली तसंच नव्हे– त्यासारखं, बापू, मी एका– मुलीच्या प्रेमात आहे.

बापू : (नकळत) काय?

[मित्रा त्याला न्याहाळते आहे. बापू नि:शब्द झालेला.]

मित्रा : बापू, ती मुलगी माझ्या मनात भरलीय. मला– मला तिच्याबद्दल– काहीतरी– निराळंच वाटतंय. मी खूप नाकारलं, पण वाटतंय.

[बापू नि:शब्द.]

देवापुढे सांगावं तसं तुला सगळं सांगते मी.

[बापू तसाच मूढ.]

ए दगडा! ऐकतोयस ना?

बापू : हूं. हो ना. ऐकतोय तर खरा.

मित्रा : असं कधी इतक्या जोरानं जाणवलं नव्हतं मला. शाळेत कधी तरी व्हायचं; पण नीट कळत नसे. तालमींच्या वेळी वाटून जायचं. पण मीच झटकत होते. नाटकात त्या रात्री तो लव्हसीन करीत असताना– उसळून आलं बघ सर्व. तो स्पर्श.. मिठीतलं ते हवंहवंसं शरीर.. एक प्रचंड भूक– काहीतरी फार भयंकर– फार फार सुखाचं– फार खरं– कानशिलं तापवणारं– रक्तातून झणाणत जाणारं– तेवढ्यात ती बाजूला झाली. तिला कळावं तशी. (स्वरात एकदम एक कोरडेपणा.) आणि तुमच्या दृष्टीने एक नाटक चाललं होतं, नाटक! लुटूपुटीचा लव्हसीन चालला होता! त्या रात्री मला सर्व लख्ख दिसलं. मला पुरुष नको. मला स्त्री हवी. मी निराळी आहे. निराळी. (स्वरात एक कर्कश्शपणा) माझा दोस्त म्हणवतोस ना? तुला एक काम सांगणार आहे मी. 'काय' म्हणून विचार ना!

बापू : काय?

मित्रा : मला तुझी खोली हवी आहे.

[बापू सुन्न.]

कुणी डिस्टर्ब करता नये मला. मी आणि– आणि नमा. मला तिच्याशिवाय राहणं शक्य नाही. (पाहून) काय रे, करणार की नाही एवढं?

बापू : (अशक्त सूर) मित्रा– काय आहे की पार्टनर– आहे ना माझा– पा.. पांडे.. त्याचं.. त्याचा प्रश्न आहे..

मित्रा : त्याला काहीही सांग. मला तुझी खोली परवा दुपारी हवी. बस्स, मी तिला तिथं नेणार आहे.

बापू : पण..

मित्रा : तू नाही म्हणू शकत नाहीस, बापू. दुसऱ्याकडे मी हे मागू शकत नाही आणि एवढं तू माझ्यासाठी केलं नाहीस ना, तर मी– मी.. (ती पुढचे बोलत नाही. बापू काय ते समजतो.) निघते मी. तुझ्यावर अवलंबून आहे मी. दगा दिलास– तर पुन्हा भेटणार नाही. गुडबाय देन, श्रीकांत मराठे!

[सायकल घेऊन जाते. बापू सुन्न बसलेला.]

[पडदा]

अंक दुसरा

[बापू पहिल्या अंकाच्या अखेरीसारखाच उभा. 'खोली'त पांडे व्यायामासारखे काही करतो आहे. बापू आता तिकडे जातो.]

बापू : पांड्या–

[पांडे त्याला 'हुं' 'हूं हूं' असे करून खुणेने थांबायला सांगतो.]

पांडे : (व्यायाम संपताच) बोल आता.

बापू : आज दुपारी आपण सिनेमाला जाऊ या?

पांडे : (संशयाने बघतो) कशाला?

बापू : (नजर टाळीत) सिनेमाला कशाला जातात?

पांडे : पोट्‌ट्या दाबायलाही जातात. मला तुझ्याबरोबर येऊन काय फायदा?

बापू : मी तुझं तिकीट काढीन.

पांडे : नको. सिनेमा नको.

बापू : उद्या दुपारी जाऊ या वाटलं तर.

पांडे : आज रात्री येतो का? येत असला तर चल.

बापू : रात्री नको रे. दुपारचं बोल.

पांडे : दुपारी सिनेमा बघितला तर आपलं टाळकं दुखतं.

बापू : (थोडा विचार करून) जेवायला जाऊ, कँपात.

पांडे : (विचार करून) रात्री जाऊ या.

बापू : अंहं, दुपारी जायचं.

पांडे : सगळं दुपारीच काय म्हणून? सिनेमा, जेवण...

बापू : काही नाही, असंच.

पांडे : मग तू जा. आपण खोलीवर झोपणार. भारी झोपा राह्‌ल्यायत.

बापू : (अवघडलेला) दुपारी जरा खोली हवी होती.

पांडे : अच्छा? (हुशारतो) काय के लिये? हळदीकुंकू करणार?

बापू : काम होतं.

पांडे	: काय काम सांग की.
बापू	: (न सुचून) असंच, अभ्यास– अभ्यास करायचा होता.
पांडे	: कुणाला?
बापू	: मलाच.
पांडे	: मला सिनेमाला नाहीतर जेवणाला घेऊन जाऊन त्याच वेळी तू खोलीवर अभ्यास कसा करणार?
बापू	: अंहं. ते गेलं. म्हणजे– तू नको म्हटलंस ना. हे निराळं. मला एकदम आठवण झाली.
पांडे	: मला खोलीवरनं घालवून तू अभ्यास करणार का. का बे? मी काय गोंधळ घालून राह्यलो तुझ्या अभ्यासात?
बापू	: तसं नव्हे. अवघड पोर्शन होता.
पांडे	: लायब्रीत जाऊन बस. च्यायला मी काय म्हणून खोलीवरनं जाईन? [बापू फारच अवघडलेला. अगदी संकटात वाटतो.]
पांडे	: बरं इथनं जायचं ना? आपण जातो. कर तू अभ्यास.
बापू	: (उजळत) अं? खरं म्हणतोस?
पांडे	: मग? खोटं वाटलं तुला?
बापू	: फक्त पाचपर्यंत. मग आलास तरी चालेल.
पांडे	: जातो. म्हटलं ना जातो. पण एक शर्त.
बापू	: कसली?
पांडे	: नाव सांगायचं.
बापू	: नाव! कसलं नाव?
पांडे	: अभ्यासाचं. भडवेओ परीक्षा अजून तीन महिन्यांवर राह्यली न् आजच कसा काय अभ्यास सुचून राह्यला? पोट्टी कोण, बोल.
बापू	: नाही रे–
पांडे	: बापू, साल्या, माझ्याशी खोटं बोलू नको बरं. मी तुझा इथला पालक आहे. गार्डियन पार्टनर!

बापू	: (नकळत) आईशपथ.
पांडे	: तू तर आईची शपथ खाऊन राह्यला! ठीक आहे. आज नाही पण उद्या दुपारी एकला आपण जातो. पाचला वापस येईन. भडवेओ, तुम्ही आमची कामं करू नका. तरी आम्ही तुमची कामं करतो. साली साधी त्या मित्राची गाठ घालून दे म्हणून मागं लागलो तर आखडला.
बापू	: सॉरी..
पांडे	: नाही, असू दे.
बापू	: पण तूच तिला नाटकात काम करायचं विचारलंस, तर मग तूच..
पांडे	: तिथंच तर घोडं पेंड खातं ना आमचं. पण विचारीन. मीच विचारणार आणि पोट्टीला घुमवतो बघ आपण. देखते रहो. फार तर काय होईल? नाही म्हणेल. काय?
बापू	: हो.
पांडे	: पण होसुद्धा म्हणून जाईल, तुला सांगतो. पोट्ट्यांचा काही हिशेब नसतो. साला आपलं काय वाईट आहे? बॉडी आहे, घरचं बरं आहे. एक दिडकी मिळवली नाही तरी फिकीर नाही. वर ग्रॅज्युएट होऊन टाकणार. आपण विचारून राह्यलो बघ तिला–
बापू	: मग नक्की ना? ते– उद्याचं?
पांडे	: नक्की. (आत निघून जातो.)
बापू	: (प्रेक्षकांना) मित्राला पुरेसं आधी कळवणं जरूर होतं. ते कळवलं. तिच्याकडे माझ्याकडची चावी देऊन ठेवली. आपण काहीतरी चुकीचं करतो आहोत ही भावना काही केल्या डोक्यातून जात नव्हती. पांडेनं रात्री काहीच विचारलं नाही. मीच स्वत:ला पुन्हा पुन्हा विचारीत होतो. बरोबर की चूक? मी नक्की काय करतो आहे? मित्राला हेही बजावून ठेवलं की साडेचारच्या आत खोली पुन्हा होती तशी करून, चावी दारावरच्या

तावदानाआत सरकवून तिनं जायचं. साडेचारसुद्धा नव्हे, चारच.
तिनं सगळ्याला 'हो' म्हटलं, पण ती ऐकत नसावी. तिच्या
डोक्यात तिसरंच काही चालू होतं. जेमतेम पावणे पाचपर्यंत
मी लायब्ररीत वेळ काढला. जिवाला चैन नव्हती. धडधडत
होतं. डोळ्यांपुढे काहीबाही येत होतं. पाचला दहा एक मिनिटं
असताना खोलीशी पोचलो. दाराला कुलूप. चावी ठरल्याप्रमाणे
दाराच्या वर सरकवलेली. खोली आतून जशी सकाळी निघताना
होती तशीच वाटत होती. अगदी बिछानासुद्धा. मी आश्चर्य
करीत सुटकेचा श्वास टाकला. पांडे चांगला साडेसहाला आला.
आल्यावर त्याने एवढंच विचारलं, शब्द पाळला ना आपण?
पुढे म्हणाला, तुझ्यासारखा बेइमान नाही.
दुसऱ्या दिवशी कॉलेजात मित्रा भेटली पण न पाहिल्यासारखी
पुढे निघून गेली. मी दुखावलो. राहावलं नाही. मी तिला
हटकलं.
[मित्रा येते.]

बापू : कशी आहेस?

मित्रा : झक्क.

बापू : वाटत नाहीस.

मित्रा : मग कशाला विचारतोस?

बापू : तसं नव्हे, परवानंतर आजच भेटलीस म्हणून.

मित्रा : निघते.

बापू : (याचा अपमान वाटून पण सावरत) वेळ असला तर थांब.

मित्रा : कशासाठी?

बापू : काल मग कसं काय–

मित्रा : मस्त. फर्स्ट क्लास, थँक्स, खोलीबद्दल.

बापू : त्यासाठी नव्हे, बरी दिसत नाहीस म्हणून विचारलं.

मित्रा : असेल.

बापू : (धीर करीत) आली होती–?

मित्रा : नाही. ती आली नाही.

बापू : म्हणजे काय?

मित्रा : (त्रासून) मला काय ठाऊक? मी नाक्यावर वाट पाहिली. शेवटी तू दिलेली चावी तू सांगितलीस तशी ठेवून निघून आले.

बापू : सगळं ठरलं होतं ना पण?

मित्रा : हो, होतं. मग काय? (बेचैन) जाऊ दे ते. तू कबूल केलेलं केलंस त्याबद्दल थँक्स.

बापू : मग आता..?

मित्रा : आता? आता काही नाही. (रिते हसत) काहीच नाही. दॅट्स ओव्हर. (चेहऱ्यावर वेदना. ओठ चावून) दॅट्स ओव्हर, इट सीम्स.

बापू : काहीतरी असेल म्हणून नसेल आली.

मित्रा : तू तिची वकिली करू नकोस!

बापू : तसं नव्हे... तू विचारलंस का?

मित्रा : काय म्हणून? वाट मी पाहिली.

बापू : (धीर करीत) वाटलं तर... मी विचारतो. म्हणजे– एवढंच– का नाही भेटलीस– असं तू विचारीत होतीस–

मित्रा : तू काय माझा दलाल आहेस? मला गरज नाही.

बापू : बरं.

मित्रा : किंवा विचार हवं तर तुझ्या समाधानासाठी. मला आता इच्छा नाही. [मित्रा जाते.]

बापू : (प्रेक्षकांना) नमा देशमुख माझ्याच वर्गात, पण तिच्याशी बोलण्याचा प्रसंग आला नव्हता. फार तर एखादं ओळखीचं ओझरतं स्मित. नाटकानंतर 'ब्यूटी' म्हणून तिचा कॉलेजभर

लौकिक झाला होता. त्यानंतर अजून नाटकातच असल्यासारखी ती अधर वावरत असे. मी तिला कॉमनरूमच्या बाहेर गाठलं.
[नमा तरंगत्या चालीने निघाली आहे. बापू तिला गाठतो.]

बापू : मिस् देशमुख–
[ती जात राहते.]
मिस् देशमुख–
[ती थांबून वळते.]
मी– मराठे. काही नाही, माझ्या ओळखीच्या काही लोकांचं एक नाटक बसवण्याचं घाटतं आहे. त्यांनी विचारलं. म्हणजे कुणी मिळेल का हिरॉइनच्या कामासाठी? असं...

नमा : सॉरी. मला बाहेरच्या नाटकात काम करायला परवानगी नाही.

बापू : असं का? काही हरकत नाही. मीही म्हटलं होतं, मला नक्की माहिती नाही, पण विचारतो. काल तुम्ही आमच्या खोलीवर येणार होतात का?

नमा : (भिवया वर नेऊन) मी? तुमच्या खोलीवर? मी कशाला येऊ?

बापू : तसं नव्हे, सुमित्रा देव– त्या.. त्या काहीतरी म्हणत होत्या.. तुम्ही आणि त्या... भेटणार होतात... काल..

नमा : जमलं नाही. (त्याचे विचारणे तिला रुचलेले नाही. ती जाते.)

बापू : (प्रेक्षकांना) नमाने हे असं मला झटकलं. माझ्या हिशेबात याचं काही विशेष मला वाटलं नाही, पण मित्राशी तिनं असं वागावं हे मला आवडलं नाही. तिनं तिचा अपमान का करावा? मित्रानंच तिला स्वत:विषयी स्पष्टपणे कल्पना दिली तर नसेल? मित्रा आता पुढे काय करणार?
[पांडे 'खोली' त येऊन व्यायाम सुरू करतो. उघडा बंब. बापू पुस्तक वाचत बसलेला. मित्रा येते. दाराशी थांबावी तशी थांबते.]

बापू   : (नवलाने) कोण? मित्रा?
[पांडे वळून पाहतो. मित्राला पाहता क्षणी तिच्यात हरवतो. भारलेला. मित्राची नजर त्याच्या उघड्या अंगावरून फिरते आहे. भान येऊन पांडे अंगावर सावकाश टॉवेल ओढून घेतो. बापू संकोचलेला.]

मित्रा   : (बापूला) तुझ्याकडे जरा अर्जंट काम होतं. बाहेर येतोस का?
[पांडे मित्राला नजरेने पिऊन घेतो आहे.]

बापू   : हो– चल की– हा आलोच– (आत जाऊन लेंग्याऐवजी पँट चढवून येतो.)
[तोवर पांडे आणि मित्रा. मित्रा पांडेच्या भुकेल्या नजरेची दखल न घेण्याचा प्रयत्न करीत उभी.]
(हे पाहून मित्राला) चल–
[दोघे जातात. पांडे पाहत उभा. मग दुसऱ्या दिशेने आत जातो. बापू आणि मित्रा आत गेली तिकडून बाहेर येतात.]

मित्रा   : कोण रे तो?

बापू   : अग तो पांडे– ड्रामा कमिटीचा सेक्रेटरी नाही का– तुला त्यानंच काम करण्याबद्दल विचारलं– पार्टनर माझा–

मित्रा   : त्याची नजर घाणेरडी आहे. शिवाय तो बेशरम आहे. मला उघडी केसाळ बॉडी दाखवत होता– शी:! काय म्हणाली?

बापू   : कोण?

मित्रा   : कोण काय? नमा.

बापू   : हां हां, ती– म्हणाली की– काहीच नाही. जमलं नाही म्हणाली. म्हणजे नीटसं– बोललीच नाही ग ती–

मित्रा   : (ओठ चावून) वाटलंच.

बापू   : तुला काही म्हणाली?

मित्रा   : नाही. मला भेटणं टाळतेय ती.

बापू : मला कळतच नाही हे. अशी का वागते ती? मॅनरलेस?

मित्रा : मला कळतंय. ती अशी वागते कारण तिचा 'तो' आहे ना. दळवी.

बापू : कोण? मन्या?

मित्रा : हूं, तो तिला बरी हातची जाऊ देईल?
[बापू स्तब्ध.]
तो तिला माझ्याकडे येऊ देणार नाही.

बापू : (स्तब्ध, मग) मन्याचं नि तिचं इतकं आहे?

मित्रा : दोघं रोज भेटतात. ग्राउंडमागच्या रस्त्याला– काळोख पडल्यावर. ती त्याच्या अंगठ्याखाली आहे. दोघं कँपातल्या एका हॉटेलात देखील जातात म्हणे.

बापू : मग मला वाटतं तू तिचा नाद सोड. मरेना का.

मित्रा : नाही. मी तिला सोडणं शक्य नाही. तुला कळणार नाही बापू– आपल्या मनात एकदा एक येतं तेव्हा दुसरं काहीही आपल्याला चालत नाही.

बापू : माझं नाही असं–

मित्रा : माझं आहे. ती मला टाळतेय पण मी तिला तशी सुटू देणार नाही. आय वॉंट हर! आज कॉमन रूममध्ये बरोबर मिळाली. दुसरं कुणी नव्हतं. ती आणि मी समोरासमोर. मी म्हटलं– हात पकडून विचारलं– तू भेटणार आहेस की नाहीस मला?

बापू : मग?

मित्रा : आधी घाबरली. मग कशीबशी म्हणाली, हात सोड ना. मी हात सोडला. तशी घाईने निघून गेली.

बापू : तू जाऊ दिलंस?

मित्रा : कारण मला ती आवडते. आय लव्ह हर वुइथ ऑल माय बीइंग. बापू, तिच्यावर जीव बसलाय. तिला विसरताच येत

नाही. (नुसतीच तगमग.) मन्या दळवी माझ्या मार्गातला अडसर आहे, मला आहे माहीत. (एकदम) बापू त्याला सांग–

बापू : काय?

मित्रा : काही नाही. त्याला मिळालंय ते तो का सोडेल? त्याचंही ठीकच आहे एक परी. (एकदम) जाते.

बापू : काय करणार आहेस?

मित्रा : कुणास ठाऊक.

बापू : तसं काही..?

मित्रा : नाही. बघू काय करायचं ते. मी तिला मिळवल्याशिवाय राहणार नाही बघ. (सुचून) दरम्यान एक कर. करशील?

बापू : हो. काय?

मित्रा : (चमकते डोळे) मन्याची माहिती काढ. त्याचं आणखी काही प्रकरण.. काही भानगड... त्याच्या घरच्यापैकी कुणाचं असलं तरी चालेल... खरंच हवं असंसुद्धा नाही..

बापू : (स्वत:लाही नकळत) मला हे असलं काही जमणार नाही, मित्रा. (एकदम बुजून) म्हणजे... मला सवय नाही...

मित्रा : सॅवॅय नॅही! तू नाही तरी भेंड्याची भाजीच आहेस! काही करू नकोस. (जाते.)

बापू : (प्रेक्षकांना) मित्राला नमानं ज्या पद्धतीनं टाळलं होतं त्यावरून वाटत होतं की नमाला मित्राची थोडी तरी कल्पना असावी; पण कुणास ठाऊक.

[पांडे येतो. तर्र. पण आपले काय चालले आहे ते समजते आहे.]

पांडे : बापू– सालेओ, तुम्हांला आमचे बाप मानून दंडवत घालतो, नाक घासतो, आणखी काय म्हणाल ती झक मारतो– (खरेच पाया पडू लागतो.)

बापू : अरे– अरे– (त्याला रोखण्याची धडपड.)

पांडे : मित्रापर्यंत पोचीव.

बापू : पण पांड्या, तूच म्हणत होतास की आपण डायरेक्ट तिला–

पांडे : अरे जमून नाही राह्यलं ना यार! नाहीतर तुझे पाय कशापायी धरले असते बापा?

बापू : तुला जमत नाही?

पांडे : मला जमत नाही. विश्वास नाही बसत? पण सालं खरं आहे. नाटकाचं होतं, धाड्कन विचारलं. आपल्यासाठी विचारायचं नाही ना जमत, समोर गेलो की अवसानच गळतं. तोंड उचकटत नाही. छाताडात आगीनगाड्या भकाभक धावतात. बापू, आपण कबूल करतो, आपल्याच्याने जमणार नाही. सालेओ, तुम्ही पण आम्हांला मदत करू नका. आम्ही असेच लांबून जीव टाकत मरणार एक दिवस. 'राम बोलो' होणार आमचा.

बापू : (धीर करून) खरं म्हणजे पांड्या, एका दृष्टीनं होतंय ते ठीक होतंय–

पांडे : होय का? काय ठीक होतंय?

बापू : तू तिच्या प्रकरणात जास्त न गुंतलेलं बरं.

पांडे : जास्त? बापहो, आता काय जास्त गुंतायचं राह्यलं? सालं तिच्याशिवाय जगवत नाही न् मरवत पण नाही. बापू आपली पंचाईत आहे यानंतर.

बापू : (प्रयत्न करीत) ती– तशी– म्हणजे तुला वाटते तशी नाही– असं कळलं तरी?

पांडे : तरी! सालं बजावतो ना मी स्वत:ला, की ती झाली तरी आणखी एक मादीच; सगळ्या माद्यांना तेच सगळं असतं. हिलाच मायचं काय चिटकलंय असं? पण नाही निभत. ती हवी– बास! बापू, तुला सांगतो स्वप्नात ती दिसते. पुस्तकात, वहीत, ब्लॅकबोर्डावर, जिम्नाशिअममध्ये, थेटरात, पडद्यावर,

सगळीकडे ती दिसते, ती. पुरुषाच्या वेशात काळजाचा चुरा करीत चालताना. छाती काढून कमरेवर मर्दानी हात ठेवून डोळ्यांच्या रायफलीनी आमची शिकार करताना. म्हणून पिणार आपण, खूप पिणार. प्यायल्यावर तेवढीच जरा अस्पष्ट होते...

बापू : (प्रेक्षकांना) पांडे आता रोज पिऊन खोलीवर यायचा. हातापाया पडून तो म्हणायचा, 'मित्राला भेटव'. मित्रा मला भेटत होती पण ओझरती. खरं म्हणजे मलाच अभ्यासाचे वेध लागले होते आणि अभ्यास होत नव्हता... एक दिवशी कॉलेजच्या लायब्ररीत पुस्तक समोर ठेवून बसलो होतो आणि–

[मन्या आलेला. बापूला हेरतो आहे.]

मन्या : (एकदम पुढे होत) काय बापू?

बापू : (पाहून) काय रे दळवी.

मन्या : जरा बाहेर चल की.

बापू : कशाला? इथं बरं आहे.

मन्या : चल रे. ये मग परत.

बापू : अरे, कोण उगीच जा– जा ये– ये करतो–

मन्या : चहा घेऊ या– चल–

बापू : नको.

मन्या : (जवळ सरकून) आय हॅव वर्क वुइथ यू, बाप्या.

बापू : माझ्याशी?

मन्या : येस. (त्याचा दंड धरून) चल की. एवढा काय भाव खातोस. (आता त्याला बळेच उठवत) चल रे–

[बापूला प्रतिकार करता येत नाही. तो आणि मन्या बाहेर एका ठिकाणी येतात.]

मन्या : (जवळची वही आणि पेन पुढे करीत) हे धर–धर! आता लिही.

[बापू धरतो.]

बापू : (गोंधळून) काय लिहू?

मन्या : लिहितोस तेच. पत्र एखादं.

बापू : पण कशाला?

मन्या : असं उघड्यावर जमत नसेल तुला ते, तर दुसरं काही लिही.

बापू : पण काय?

मन्या : काहीही.

बापू : मला सुचणार नाही रे असं, आणि ते कशाला?

मन्या : मी म्हणतो म्हणून. असं कर, हूं– मी सांगतो ते लिही–

बापू : सांग–

मन्या : लिही, 'तुला लिहिण्याचा प्रसंग येईल असं वाटलं नव्हतं–'

बापू : तुला म्हणजे कुणाला? काय आहे हे?

मन्या : लिहितोस की नाही? (हात उगारतो; मग लटकाच उगारला आहे असे दाखवतो.) लिही आधी– मला जरा हवंय– 'तुला लिहिण्याचा प्रसंग येईल असं वाटलं नव्हतं'–

बापू : पण तू लिही की–

मन्या : हात जरा दुखावलाय. हं, लिही. 'केवळ न राहवल्यानेच लिहीत आहे'– लिही–

[बापू बळेच लिहू लागतो.]

'तुला सावध करण्यासाठी तुला काही गोष्टी कळवाव्या लागत आहेत–' अरे लिही म्हणतो ना–

[बापू अनिच्छेने पुन्हा लिहितो.]

'ज्या सैतानाशी तुझी गाठ पडली आहे–'

बापू : (लिहिण्याचे टाकून) हे काय आहे काय? मी नाही असलं काही लिहिणार!

मन्या : सही कर, सही– 'तुझी हितचिंतक– क्ष.'

बापू : मन्या, हे काय आहे ते कळल्याशिवाय मी काहीसुद्धा लिहिणार नाही.

मन्या : कळत नाही?

बापू : तुला काय वेडबीड लागलंय की काय?

मन्या : (त्याच्या हातून वही, पेन घेऊन अक्षर न्याहाळीत) लागायची पाळी आलीय.

बापू : का? काय झालं?

मन्या : तू जसा गावचाच नाहीस! (अजून पुन्हा पुन्हा अक्षर बघतो आहे. मग खिशातून एक कागद काढून त्यातले आणि कागदावरचे काही ताडून पाहतो. कागद खिशात ठेवतो.)

बापू : काय प्रकार आहे सांग.

[मन्या तो कागद खिशातून काढून बापूला देतो.]

(वाचू लागत) 'नमिताताईस सप्रेम नमस्कार... (वाचण्याचा थांबतो.) हे तर पत्र आहे.

मन्या : वाच. पुढे वाच.

बापू : पण दुसऱ्याचं पत्र... खासगी...

मन्या : खाक खाजगी! वाच आणि पाहा.

बापू : (वाचत राहतो. मध्येच सोडून) हे तुझ्याबद्दल आहे. (पुन्हा काही वाचून) हे भयंकर आहे. फार गलिच्छ– (आणखी वाचून) मला नाही वाचायचं पुढे. घे. (देतो.)

मन्या : हे तू लिहिलं नाहीस?

बापू : मी? असलं पत्र? मन्या, तुला कसं वाटलं असं?

मन्या : अशी पत्रं सारखी जातायत तिला– नमाला, आणि तिच्या बापालासुद्धा. 'क्ष' या सहीची. त्यात काहीही खोटंनाटं लिहिलेलं असतं. लिहिणाऱ्याला जोड्याने हाणला पाहिजे बघ. (बापूकडे पाहतो आहे रोखून.)

बापू	: कबूल. पण तू मला का हे ऐकवतोयस?
मन्या	: (बापूकडून लिहून घेतलेले आणि मूळ पत्र अशी दोन्ही बापूसमोर धरून) तुला काय दिसतं?
बापू	: (घाबरत) काही नाही.
मन्या	: नीट बघ.
बापू	: खरंच नाही.
मन्या	: (स्फोट व्हावा तसा) बाप्या, भडव्या, ही दोन्ही अक्षरं मिळती– जुळती नाहीत म्हणतोस?
बापू	: पण–
मन्या	: (बापूची गचांडी धरून) तू लिहितोयस ही पत्रं! (बापू सुन्न.) तू लिहितोयस साल्या— तू, आणि वर गावचे नसल्याचं सोंग आणतोस?
	(बापूला दोन सणसणीत गुद्दे ठेवून देतो. बापू जमीनदोस्त– माराने त्यापेक्षा शरमेने.) पुन्हा असलं पत्र आलं तर याद राख बाप्या, जीवच घेईन! (जातो निघून.)
	[बापू कसाबसा उठून बसतो. रुमालाने जिवणीजवळचे रक्त टिपतो. ते पाहतो. रडवेला होतो. मग त्यातून बाहेर येतो. विचारमग्न. त्रासलेला. आता बसूनच.]
	[मित्रा येते.]
मित्रा	: काय रे बापू, बॉक्सिंग बिक्सिंग शिकतोयस का काय? चेहऱ्याचं अगदीच भजं झालंय तुझ्या. कुठं पडलास? का मारलं कुणी 'बाळा'ला?
बापू	: (शांतपणे हे ऐकून घेतो.) माझी नोट्सची वही मला परत दे.
मित्रा	: (आश्चर्य दर्शवीत) नोट्सची वही?
बापू	: तू ती माझ्या नकळत घेतली नाहीस?
मित्रा	: मी? मी कशाला घेऊ? मला काय तिचा उपयोग?

बापू	: शपथ घे. माझीच घे.
मित्रा	: (खोटे बोलते आहे हे आता कळते.) घेते– घेईन की.
बापू	: घे.
मित्रा	: शपथेवर माझा विश्वास नाही.
बापू	: माझा आहे ना पण.
मित्रा	: मी सांगते त्याच्यावर काय म्हणून तुझा विश्वास नाही?
बापू	: होता. आता नाही. तू करतेस ते बरं नाही. ते वाईट आहे, फार वाईट आहे.
मित्रा	: (एकदम त्रासिक होत) काय? कशाबद्दल म्हणतोस तू? सरळ म्हण की.
बापू	: नमाला तू निनावी पत्रं लिहिली नाहीस? माझी शपथ घे मित्रा, आणि सांग–
	[बापूच्या स्वरातला हा आवेश अनपेक्षित.]
मित्रा	: लिहिली असतील. तुझं काय त्यात?
	(जरा वेळ घेते. मग)
बापू	: हे तू करू नकोस मित्रा. हे करू नकोस.
मित्रा	: का? का करू नको?
बापू	: हे पाप आहे. कुणाचं मन कुणाविरुद्ध तरी खोटंनाटं लिहून फितवणं. तेसुद्धा बिनसहीनं.
मित्रा	: (मान खाली, स्वर ताठ) तो माझा खासगी प्रश्न आहे. पाप मला लागेल एवढंच ना? लागू दे की. पण मी मुळीच तसलं काही केलं असलं तर!
बापू	: (गलबललेला. शब्द सापडत नाहीत.) शी शी शी– काय घाणेरडं होतं त्या पत्रात.
मित्रा	: (तीव्र स्वर) तुला कशी वाचायला मिळाली ती?
बापू	: मन्यानं मला गाठलं.

मित्रा	: (जरा अस्थिर स्वर) तुझा काय संबंध?
बापू	: अक्षर माझ्यासारखं होतं त्यातलं. (अभावितपणे तिच्या नजरेत बघतो. ती दूर पाहते.)
मित्रा	: त्यानं मारलं तुला?
बापू	: ते जाऊ दे. वचन दे, पुन्हा नाही करणार. दे ना.
मित्रा	: त्या पत्रात लिहिलं होतं त्यात काही खोटं नव्हतं.
बापू	: पण ती भाषा–
मित्रा	: मग काय साने गुरुजींच्या भाषेत लिहितं कुणी असली पत्रं?
बापू	: माझ्यासारखं अक्षर–
मित्रा	: यानंतर तसं नसेल ते.
बापू	: तू असं वागायला नकोस. तू अशी असता कामा नयेस–
मित्रा	: असेन तर मैत्री तुटली. असंच ना? मीच लिहिली ती पत्रं. मुद्दाम तुझ्यासारखं अक्षर घटवलं. पोस्टातसुद्धा तुझ्या भागातल्या टाकली.
बापू	: का?
मित्रा	: मी अशी आहे म्हणून. मी फार वाईट आहे. कधी म्हटलं मी तुला की मी धुतल्या तांदळासारखी आहे? तुझं तू समजला असलास तर मी काय करू? मला नमानं मन्याच्या अंगठ्याखालून सुटायला हवंय– काय वाटेल ते करून. नमा मला हवी, पूर्णपणे. समजलं? (सूर आक्रमक) जा तू. पुन्हा भेटला नाहीस तरी चालेल. [बापू जाऊ शकत नाही.] जा की, कुणी अडवलं तुला? एवढं वाटलं तर म्हणते की, मी तुझ्यासारखं अक्षर काढायला नको होतं. पण माझं तसं झालं की, मी माझी राहत नाही. मग मला अमुक हवं एवढंच कळतं. मन्या तिला माझ्यापासून खेचायला बघतोय. तो असेपर्यंत

ती मला तशी मिळणार नाही. म्हणजे पूर्णपणे. म्हणून मन्याला मला दूर करायचा आहे.

बापू : पत्रांनी तो होईल? निनावी पत्रांनी?

मित्रा : मला ठाऊक नाही. (थांबून) तुला काय म्हणाला तो?

बापू : (माराची आठवण होऊन) पुन्हा तसलं पत्र नमाला आलं तर जीव घेईन म्हणाला तो.

[मित्रा हसूच लागते. गदगदा हसते.]

(खट्टू होत) काय झालं?

मित्रा : बाप्डा! बापू बाप्डा–

बापू : तू सगळं लाइटली घेऊ नकोस. हे फार सीरियस आहे.

मित्रा : मग तूच सांग मी काय करू? सांग की. मी सीरियसली विचारते आहे. नमा मला हवी. कशी मिळवू तिला, सांग.

बापू : मला यात काही कळत नाही ग.

मित्रा : होय ना? मग मला कशाला उपदेश करतोस? कळत नाही तर गप्प राहावं. यानंतर मन्यानं हटकलं तर साफ सर्व नाकारायचं. तुला काहीच ठाऊक नाही म्हणायचं. नाहीतरी तू लिहीत नाहीसच. (क्षणभराने) मीही अक्षर बदलीन, घाबरू नकोस.

बापू : पण त्याला तुझा पत्ता लागला तर?

मित्रा : (प्रथम गप्प. मग) लागेलच कसा? त्यातून बघता येईल. तुझ्यासारखी मी बुळी नाही. आय नो व्हॉट आय ॲम डुइंग.

बापू : मन्या तसा फार मवाली आहे–

मित्रा : मला घाबरवण्याचा प्रयत्न करू नकोस, जमणार नाही. मी मरण पाहून आले आहे! यू नो दॅट, बापू.

बापू : ठीक आहे, जपून राहा मात्र.

मित्रा : अरे छोड! (त्याच्या पाठीत थाप मारते.) तूच जपून राहा. बाय. (जाते.)

बापू : (प्रेक्षकांना) ती गेली. माझ्या जिवात जीव नव्हता. ती ऐकणार नाही हेही स्पष्ट होतं. स्वतःला खूप समजावलं. ज्याची करणी त्याच्याबरोबर. मी कुठे पुरणार आहे? होऊ दे होईल ते. पण जिवाला स्वस्थता नव्हती. पांडेही आता वारंवार पिऊन खोलीवर येऊ लागला होता. एकदा त्याने एक मुलगीच खोलीवर आणली. तसली दिसत नव्हती, पण असेलही. तो तिला 'मित्रा' म्हणत होता. मी पार्कमध्ये जाऊन बसलो. कधीतरी खूप उशिरा परत आलो तर पांडे तडफडत होता. ती नव्हती. म्हणाला, घालवून लावली. ती मित्रा नाही! पांडेची स्थिती दया यावी अशी होती. पण त्याला सत्य सांगण्याचा धीर काही केल्या होत नव्हता. शेवटी ठरवलं की तेच करायचं. त्याला कळू दे. त्याबद्दल बोलवा झाली तर तिला कुठं त्याचं काही वाटणार होतं? ती घेत होती त्या मानाने हा रिस्क काहीच नव्हता.

[पांडे येऊन बसलेला.]

पांड्या, आय वॉंट टु टॉक टु यू. हार्ट टु हार्ट टॉक करायचा आहे मला तुझ्याशी.

पांडे : माझं हार्ट माझ्यापाशी आहेच कुठे?

बापू : हार्ट म्हणजे तू– तुला काही सांगायचंय महत्त्वाचं. पण ते तू तुझ्याकडेच ठेवशील असं वचन दे.

पांडू : काय ते आधी सांग, मग वचन देतो.

बापू : मित्रा ॲब्नॉर्मल आहे.

पांडे : म्हणजे काय?

बापू : म्हणजे ती– ती वेगळी आहे– ती 'होमो' आहे 'होमो'. म्हणजे मुलीच आवडणारी–

पांडे : डोण्ट टेल मी. तू मेरेकू भोट मत बनाव, बापू.

बापू : देवाशपथ– आईशपथ, तुझी शपथ पांड्या.

पांडे : तू– पाहिलंस?

बापू : मी सांगतो त्यावर विश्वास ठेव. प्लीज, पांडे, तिचा नाद आता तरी सोड.

[पांडे गप्प.]

काय रे?

[पांडे गप्पच.]

ऐकणार मी सांगतो इतकं?

[पांडे गप्प.]

मी तुझ्याशी खोटं बोलणार नाही, पांडे, विश्वास ठेव–

[पांडे काही वेळ तसाच गप्प. मग उठून निघून जातो.]

पांडे–

(प्रेक्षकांना) पांडे गेलाच. कुठं तरी युरोप, आफ्रिकेत युद्ध चालू होतं. पांडेनं त्यानंतर तडकाफडकी कमिशन घेतलं आणि सरळ फ्रंटवर गेला. जाताना मित्राचा विषय त्याने काढला नाही. म्हणाला, 'बापू, जगलो वाचलो तर भेटू. पण वाटत नाही.' आता मित्रा राजरोस खोलीवर येऊ लागली. कधी नमाला घेऊन येऊ लागली. दोघी बरोबर असल्या की नमाही इतकी खुषीत असे की जणू मन्या दळवी या नावाचा तिसरा माणूस कुणी नाहीच.

[मित्रा आणि नमा येतात. दोघीही खुषीत. दोघींच्या किरकोळ गप्पा–गोष्टी, हास्यविनोद. त्यांचे नाते बघण्यावागण्यातून जाणवते. बापू विंगेत गेलेला. मित्रा आणि नमा 'खोलीत'.

मन्या दळवी येतो. दार ठोठावतो.

नमा गडबडलेली. लपू बघते. मित्रा पूर्ण कॉन्फिडण्ट. एखाद्या श्वापदासारखी सावध वाटते. नमाला ती लपू नकोस म्हणून सांगते. जाऊन दार उघडते.

मित्रा आणि मन्या समोरासमोर. मित्रा कंपोज्ड वाटते. पण पूर्णपणे कंपोज्ड नाही. मन्या शिकाऱ्याच्या अवसानात.]

मन्या   : नमा कोठे आहे? व्हेअर्स नमा? (नमाला पाहतो.) वाटलंच होतं. (मित्राला जाळत्या डोळ्यांनी पाहतो. मग नमाला) चल इथून.

[नमा क्षणैक थिजलेली, मन्याचा आवाज आणि मित्राची नजर यांनी.]

काय म्हणतो मी? गेट गोइंग, यू.

[नमा आता त्याच्या बाजूला संथपणे सरकते. एका अर्थाने त्याचा आश्रय घेऊन आता उभी राहते.]

मन्या(मित्राला): यू ब्लडी लेस्बियन बिच, यू... आय विल किल यू! शरम नाही वाटत...? (त्याला तिला पुष्कळ म्हणायचे आहे पण तोंडून निघत नाही हे कळते.) इथे हे उद्योग? (नमाला) कम, वुई आर लीव्हिंग. (मित्राला) पुन्हा आण तर खरी इथे हिला, तुला दाखवतोच! आय विल क्रश यू, यू डेव्हिल, आय विल– आय विल टिअर यू टू पीसेस ऑन द स्ट्रीट, आय टेल यू! भर रस्त्यात नागवी करीन तुला!

[मित्रा कंपोज्ड पण सावध उभी. डोळ्यांत श्वापदाची चमक.]

मन्या   : (नमाला) चल.

[दोघे जातात. मित्रा किंचित् काळ तशीच उभी. मग अपमानाच्या भावनेने भरते. अनावर रागाने भोवतालच्या वस्तूंची उधळाउधळ करते. एक कपडा टरटरा फाडून टाकते. तरीही हलके वाटत नाही. डोके जमिनीवर किंवा कॉटच्या लोखंडी कठड्यावर कचाकचा आपटून घेते.

खोलीभर त्या अक्राळविक्राळ अवतारात फिरते. मग विकल बसून राहते. बापू येतो.]

बापू : (आधी सर्व पाहून साधारण लक्षात येते. विकल मित्राकडे अर्ध्यापर्यंत येतो. थबकतो. काही ठरत नाही. जवळ जावे? नको.) मित्रा–
[मित्रा तशीच, तिची हालचाल नाही.]
मित्रा–
[प्रतिक्रिया नाही. बापूमध्ये काहीशी घबराट.] ठीक आहेस ना?
(घसा साफ करून) मित्रा–
[मित्राची किंचित् हालचाल. बापू किंचित् हलका. तशी ठीक आहे तर.]
मी बापू आलोय.

मित्रा : (बसल्या जागेवरून) काय रे?

बापू : (आता जास्त जवळ जात) काय झालं, मित्रा?

मित्रा : काही नाही. (उठते. नीटनेटकी होते.) ये ना. खरं तर खोलीसुद्धा तुझीच आहे. मी उगीचच. (आपणच केलेले सर्व पाहून) सॉरी. माझ्या हातून घडलं. (सर्व नीटनेटके करू लागते.)

बापू : (स्वत: ते करीत) असू दे ग. मी करतो.
[मित्रा त्याला करू देते. तो करीत असताना बसते. सिगरेट शिलगावून ते पाहते. सिगरेटने तिच्यात धुगधुगी आलेली.]

बापू : काय झालं?

मित्रा : काय होणार? तो आला.

बापू : कोण? मन्या?

मित्रा : तोच.

बापू : आणि?

मित्रा : घेऊन गेला नमाला.

बापू : (दुसरे काही न सुचून) आय सी., फार तमाशा केलान्?

मित्रा : वेल्– तो– त्यानं तसं फार काही केलं नाही. बोलला थोडं.

पण ती गेली. ती सरळ निघून गेली बापू त्याच्या बरोबर. द बिच्! त्यानं 'यू' म्हणताच ही गेली अंग चाटायला. किळस येते मला! आय हेट हर! हिला काही आहे की नाही?

बापू : (वाट पाहून) मग?

मित्रा : मग काय? पुनश्च हरिः ओम्!

बापू : मुळात त्याला कधी तरी पत्ता लागणारच होता. मला वाटत होतं, काय होईल नि काय नाही. मन्या तसा मवाली आहे.

मित्रा : माझं काय करतो तो. मीही मित्रा आहे.

बापू : आता तरी माझं ऐकशील?

मित्रा : हो, बापूजी. बापूजी! (हसू लागते. गदागदा हसते.) परमपूज्य बापूजी! (हसत राहते. मग हसणे थांबून डोके गच्च धरते.) सॉरी. बोल तू.

बापू : जाऊ दे. मला अधिकार नाही. शहाणपण तर नाहीच नाही. माझ्याकडे एक खोली आहे, इतकंच.

मित्रा : नव्हे रे. इतकं काय लावून घेतोस? सांग तू. मी ऐकते. सीरिअसली.

बापू : तुला आहे ठाऊक मी काय सांगणार आहे ते.

मित्रा : काय?

बापू : हा रस्ता सोड. नमाला विसर. हे सर्व चूक आहे, वाईट आहे.

मित्रा : (गदगदा हसू लागते. थांबते.) मी विचार करीन बापू.

बापू : केलास तर फार बरं होईल. तू बाकी खूप चांगली आहेस मित्रा. थट्टा नाही. तू मनात आणशील तर आयुष्यात– (तिच्या चेहऱ्यावर येऊ बघणारे हसू हेरून) जाऊ दे. मला एवीतेवी काही कळतच नाही.

मित्रा : बापू, नमाला सोडण्याचं सोडून बाकी काहीही बोल.

बापू : ती तुला आता कशी मिळणार आहे?

मित्रा : ते मी पाहीन. तिच्याशिवाय खरं नाही.

बापू : पण दुसरी कुणी मुलगी पाहा–

मित्रा : (कर्कश स्वर) नाही, नमाच! नमा आणि दुसरं कुणीही नाही!

बापू : (यातल्या निर्णायक स्वराने सुन्न; मग) ठीक आहे. कॉफी करू?

मित्रा : नो, थँक्स. (उठते.) सॉरी अगेन फॉर ऑल दॅट. नवं बेड कव्हर मी देईन ते तुला घ्यावं लागेल. जाते मी. (जाते निघून.)
[बापू उभ्या किंवा बसल्याजागी विचारमग्न. मग प्रेक्षकांच्या दिशेने येतो.]

बापू : (प्रेक्षकांना) हट्टीपणा कुठून येत असावा? अशक्याचा हट्ट माणसं का करतात? दुःखाच्या वाटेनंच चालण्याचा हट्ट करणाऱ्या माणसांना काय करायचं असतं? काहीच करायचं नसतं हा सुज्ञपणा. पण हा जमत नाही तेव्हां काय?
[नमा येते. साधा पोशाख. बापूलाही आश्चर्य. नमा एकटीच आहे.]

बापू : कोण? नमाबाई?

नमा : मला तुमच्याशी काही बोलायचं होतं.

बापू : (गोंधळलेलाच) काय? बसा ना.

नमा : (भोवतालचे सर्व ओळखीचे पाहत) नाही, बसत नाही. लौकर जायचं आहे. (बोलणे अवघड जाते आहे.)

बापू : चहा घेऊ या? किंवा कॉफी?

नमा : नको. ते दार लावून घ्या, प्लीज. नाहीतर नको. (प्रयत्नपूर्वक) मित्रा भेटते?

बापू : हो.

नमा : कधी भेटली होती?

बापू : झाला असेल आठवडा. आठवडासुद्धा नाही. सहा दिवस.

नमा	:	कशी आहे?
बापू	:	बरी आहे– म्हणजे एकंदर परिस्थितीत. का?
नमा	:	काही नाही.
बापू	:	तुम्ही कशा आहात?
नमा	:	मी? मला काय झालंय? तिला एक निरोप सांगाल? मित्राला?
बापू	:	हो, तेच माझं काम आहे. निरोप सांगणं, खोली देणं.
नमा	:	(तो दुखावल्याचे कळून) सॉरी. शक्य नसेल तर राहू दे.
बापू	:	शक्य आहे की. म्हणूनच म्हणालो.
नमा	:	तिला एवढंच सांगा की– माझा इलाज नव्हता–
बापू	:	कशाला? नव्हे, सांगतो.
नमा	:	म्हणावं मलाही ते आवडलं नाही, पण इलाज नव्हता.
बापू	:	हो ना.
नमा	:	रागावू नको म्हणावं. किंवा– किंवा– (अडखळत) असं करा, तिला– तिला इथेच उद्या भेटायला सांगाल?
बापू	:	उद्या?
नमा	:	उद्या दुपारी एक ते दीड. नको, दोन. दोन ठीक आहे. माझी वाट बघू नको म्हणावं. आले तर येईन, पण येईनच बहुतेक. जमलं नाही तर– पुन्हा निरोप देईन सांगा. दोननंतर वाट बघायची नाही. तोपर्यंत आले नाही तर येणार नाही समजायचं.
बापू	:	बरं.
नमा	:	पण बहुतेक मी येईनच म्हणावं. अच्छा. मी निघते. कुणी आलं– किंवा विचारलं– तर मी– आले होते सांगू नका हं–
बापू	:	एक विचारू?
नमा	:	अं? काही म्हणालात?
बापू	:	नाही, म्हणणार होतो.
नमा	:	काय?

बापू	:	जाऊ द्या.
नमा	:	(अडखळत) विचारा की.
बापू	:	नको. नाही, काहीच विचारायचं नव्हतं. तुम्ही– नक्की कोणत्या पार्टीत आहात?
नमा	:	अं? पार्टी?
बापू	:	म्हणजे तेच– मित्रा की मन्या– म्हणजे मनोहर. पण माझं काही खरं नव्हे. मी तुमचा निरोप सांगतो.
नमा	:	मित्रा मला हवीशी वाटते. म्हणजे मैत्रीण म्हणून. मला– मला तिच्यातल्या खूपच गोष्टी– आवडतात पण– मन्याचं– मनोहरचं निराळं आहे. म्हणजे तुलना अशक्यच आहे. मी काय म्हणते– मला काय म्हणायचंय ते स्पष्ट करता येत नाही मला– मला– खरं म्हणजे मला काहीच समजत नाही– निघते मी.

[नमा जाते. तिला पोचवण्यासाठी बापू दारापर्यंत जातो. मग प्रेक्षकांकडे येतो.]

बापू	:	(प्रेक्षकांना) एवढंच जाणवलं की एरवी सुंदर नमाचं नाक चेहऱ्याच्या मानानं जरासं मोठं आहे आणि ती नखं फार खाते. मित्रा आणि मन्या या दोन टोकांत ती गोते खाते आहे हे स्पष्टच होतं. माझं काम निरोप्याचं होतं आणि मी ते केलं. मनोहर दळवीच्या नकळत मित्रा आणि नमाच्या भेटी पुन्हा सुरू झाल्या. आता मी बाहेरून कुलूप लावून जात असे. आणि ठरल्या वेळी परत येऊन खोली उघडत असे. पांडेचं एकदा एक पत्र आलं. इटलीत 'कुठून तरी' त्यानं ते लिहिलं होतं. तो तिथेही परेशानच होता. युद्धाच्या अनुभवांनी दुभंगल्यासारखा वाटत होता पण मित्राबद्दल पत्रात काही नव्हतं. शेवटी होतं, 'यार, जगलो वाचलो तर भेटू. तोवर तुमचं खाणंपिणं आणि फुल्या फुल्या आयुष्य असेच सुखानं जगत

राहा.' शेवटी सही. तुझा पालक, पांड्या. गंमत म्हणजे नमा
मन्याबरोबरही क्वचित् दिसे आणि तेव्हां ती ओळख देत नसे.
हे इतकं दुटप्पी वागणं फार अवघड असतं, असलं पाहिजे.
मग माणसं हे का जगतात? नमा एकदाच एक निर्णय का
करीत नाही? मन्या तसा काय वाईट आहे? मला कोडं पडे.
एक दिवशी ते जास्तच गुंतलं. मी नुकतीच खोली उघडली
होती आणि आधीच्या खुणा आवरत होतो. सिगरेटची थोटकं,
फुलांच्या पाकळ्या इत्यादी.
[मन्या येतो.]

मन्या   : हॅलो बापू!

बापू   : (त्याला पाहून अंग चोरत) हॅ– हॅलो.

मन्या   : कर ना. काय करतोस ते कर. मी सहज आलो.

बापू   : (संशय कायम) काही नाही– आ– आवरत होतो. पसारा
             झालाय.

मन्या   : बोलून चालून ब्रह्मचाऱ्याचा आश्रम. हल्ली देत नाहीस ना
             माफक भाड्याने, गरजूंना?

बापू   : (घाईने नकार भरत) नाही.

मन्या   : माझा जरा प्रॉब्लेम झालाय.

बापू   : असं? काय?

मन्या   : आमची आधीची अरेंजमेंट रे. बोंबललीय.

बापू   : कसली?

मन्या   : आणखी कसली? यू नो. नमा, आणि मी. च्यायला हॉटेल
             म्हणजे पुन्हा खर्चापरी खर्च आणि रिस्क फार. कुणी पाहिलं
             तर सरळ तर्क.

बापू   : अस्सं. (खोली आवरण्याचे नाटक करतो आहे.)

मन्या   : विचार आला, व्हाय नॉट यू? हीच खोली काय वाईट आहे?

[बापू 'आ' वासल्यासारखा पण न वासता उभा.]

मित्र म्हणून फुकट नको. यू कॅन कोट युअर रेट. तुझी खोली मुळीसुद्धा आम्ही डिस्टर्ब करणार नाही. होती तशी परत. हाऊ डु यू लाइक द आयडिया?

[बापू अवाक्.]

ते जुनं सगळं उगीच मनात ठेवू नकोस. तुझी काहीच चुकी नव्हती त्यात. उगाच मारला मी तुला. आय ॲपॉलॉजाइज-रिअली. मग? कधीपासून धरू या महिना?

बापू	:	(प्रयत्नपूर्वक) हे बघ मन्या, मला मालकाला विचारावं लागेल–
मन्या	:	मालकाला? त्याचा काय संबंध?
बापू	:	तसं नव्हे, पण त्याला नाही आवडत–
मन्या	:	त्याला विचारतो कोण? खोली तुझी आहे बाप्या. यू आर पेइंग फॉर इट. डोण्ट बॉदर. मालकाला मी पाहून घेईन. बुधवार, शनिवार दुपार तुला सोयीची आहे का?
बापू	:	(आवंढे गिळीत) त्याचं काय आहे की– माझे वडील यायचेत इथं. (पटण्यासारखी सबब सुचल्याचा पुसट नि:श्वास.)
मन्या	:	वडील? कधी यायचेत?
बापू	:	कधीही. पत्र आलंय येतो म्हणून.
मन्या	:	किती दिवस राहतील?
बापू	:	काय नियम?
मन्या	:	दुपारचे वगैरे बाहेर जातील की नाही?
बापू	:	कसं सांगू? सांगता येणार नाही.
मन्या	:	जातीलच. फार म्हातारे नाहीत ना? पॅरलिसिस वगैरे– नाही. तर मग ठीक आहे. आपण सोयीने जमवू. घे, सिगरेट घे.
बापू	:	नको, ओढत नाही.
मन्या	:	खोलीभर तर थोटकं वेचलीस!

बापू	:	हो हो– नाही नाही– मित्रा– आपलं– मित्र आला होता ना काल–
मन्या	:	मित्रा?
बापू	:	(सावरण्याची शिकस्त) नव्हे, मित्र–मित्र– फ्रेंड. गरवारे नावाचा.
मन्या	:	एकटा की...?
बापू	:	एक–एकटाच.
मन्या	:	मग कठीण आहे म्हणतोस? अं? बरं तर. मी पुन्हा येऊन जाईन– पहिला क्लेम माझा ठेव म्हणजे झालं– फारच अडचण आहे– बाय बाय– (जातो.)
बापू	:	(प्रेक्षकांना) हे नवंच संकट उभं राहिलं. कुणाकडे माझी स्थिती सांगण्याचीही सोय नव्हती. पांडेलाच मग मनात आलं ते सर्व लिहून टाकलं. समजण्याची कुवत कमी असली तरी पांडे मनाचा दिलदार होता. चांगला दोस्त होता. त्याच्याकडे भडाभडा पत्रानं बोललो, हलकं वाटलं. पण पेच सुटत नव्हता. मित्राकडे बोलण्याशिवाय मार्ग नव्हता.
		[मित्रा सायकल टेकून ठेवून आलेली.]
मित्रा	:	(मुद्रेवर उत्साह) काय बापू, बात क्या है? असा तोंडात गुळणी धरूनसा? काय भानगड आहे? म्हणजे माझी सोडून.
बापू	:	मित्रा, मन्या आला होता.
मित्रा	:	पुन्हा? (एकदम सावध होते.) त्याला पुन्हा वास आलेला दिसतोय.
बापू	:	तुमच्या या गुंतागुंतीत मला का हा त्रास? मी काय केलं कुणाचं?
मित्रा	:	वैतागलेला दिसतोय. पुन्हा हात लावला तुला त्यानं?
बापू	:	ते करता तर बरं होतं. त्याला माझी खोली हवीय.
मित्रा	:	त्याला?
बापू	:	नमा आणि त्याच्यासाठी.

मित्रा : डोण्ट टेल मी.

बापू : त्याची असलेली व्यवस्था बोंबललीय म्हणत होता.
[मित्रा क्षणभर गंभीर. मग एकदम गदगदून हसू लागते. हसत राहते.]

मित्रा : डोण्ट टेल मी बापू– (हसत राहते.) धिस इज रिअली हिलॅरिअस.
[एकदम अतिशय गंभीर होते. बापू नर्व्हस होऊन हे पाहतो आहे. मित्रा श्वापदासारख्या फेऱ्या घालते आहे. मग थांबून]

मित्रा : बापू, त्याला तू नाही म्हणायचंस. मी तुला आधी विचारलं. मी ऑलरेडी खोली वापरते आहे. तो तुला भाडं देणार असेल तर मी त्याहून जास्त देईन. पण तो इथं येता कामा नये. (स्वरात हुकूमत.)

बापू : (दुखावला स्वर) प्रश्न इतका सरळ नाही, मित्रा.

मित्रा : ते मला माहीत नाही, माझी इच्छा म्हणजे माझी इच्छा. (स्वरात एक कर्कशपणा.)

बापू : (जास्तच दुखावलेला.) मित्रा, माझं ऐकून तर घे–

मित्रा : (अनावर होत असल्यासारखी ओरडून) काही ऐकून घ्यायचं नाही मला.

बापू : (याचना) मग बोलणं संपलं.
[मित्राचा पारा जरासा उतरतो आहे. सिगरेट शिलगावते.]
तुला ठाऊक आहे, मी नाही म्हटलं तर त्याला तुझाच संशय येणार, कारण तुझी–माझी मैत्री त्याला ठाऊक आहे. पुन्हा, तुम्ही दोघी असताना पोचला तर–

मित्रा : बाहेरून कुलूप असतं–

बापू : तेव्हांच तो पोचेल असं नाही. तुम्ही दोघी बाहेर पडताना त्यानं पाळत ठेवली तर–

मित्रा : फाडून टाकावा वाटतोय मला तुझा तो मन्या दळवी. नरडं

फोडावंसं वाटतंय त्याचं, तुकडे तुकडे करावेसे वाटतात.

बापू : डोकं गमावून उपयोग नाही. जे आहे ते आहे. माझ्या तुझ्या इच्छेनं थोडंच ते नाहीसं होणार आहे?

मित्रा : आय डोण्ट माइंड युअर गिव्हिंग हिम द रूम; पण नमा नाही. नमाला घेऊन त्यानं इथं येता कामा नये. ही माझी जागा आहे. नमाबरोबर त्यानं इथं असणं मला मुळीच सहन होणार नाही, आय टेल यू.

बापू : मी ही खोलीच सोडतो.
[मित्राला हे अनपेक्षित.]
दुसरीकडे जिथे पार्टनर म्हणून कुणी आहे तिथे जाईन. मला हा ताप नको.

मित्रा : (त्याच्यापाशी जाऊन खांद्यावर हात ठेवून) सॉरी बापू, मी तुला जास्तच त्रास देते. पण मी तरी काय करू? मला तुझ्याशिवाय दुसरं कुणीच तसं नाही आणि नमाशिवाय मला जगणं शक्य नाही. आय मस्ट पझेस् हर. बापू, माझ्याजवळ पिस्तुल असतं ना, तर थाड्-थाड् गोळ्या घालून मी हा मन्या दळवी केव्हांच उडवला असता. नमा त्याच्या मिठीत जात असेल या कल्पनेनंही माझं डोकं फिरतं बघ.

बापू : तुझं मला काही कळतच नाही.

मित्रा : कुणालाच कळणार नाही. बापू ही खोली मी घेते. मी भाडं भरीन. नावावर तुझ्याच असू दे. तू पार्टनरशिपमध्ये दुसरी खोली पाहा आणि तिथे राहायला जा. तू गेलास की मन्याचाही प्रश्न राहणार नाही.

बापू : इथले लोक काय म्हणतील?

मित्रा : ते मी पाहीन. तू इथं येशीलच कशाला? आलास तर एखाद्या वेळी.

बापू   : मित्रा, हे सर्व चमत्कारिक आणि गुंतागुंतीचं आहे.

मित्रा   : आयुष्यच तसं आहे.

बापू   : मला हे पटत नाही.

मित्रा   : बापू, मैत्रीत सगळं पटलंच पाहिजे असं नाही. माझ्यासाठी केलंस त्यात आणखी एवढंच कर. बस्स. मग मी तुला काही सांगणार नाही.

बापू   : (पेचात. मग काही ठरून) नाही मित्रा, मला हे सांगू नकोस. मी खोली सोडतो. तुला हवी तर मालकाकडून घे. मला या भानगडीत आता जास्त पाडू नकोस.

मित्रा   : (हे रुचलेले नाही.) ठरला तुझा निश्चय?

बापू   : निश्चय कसला. मला दुसरं काही जमणार नाही. मित्रा, मी फार भित्रा आहे– लेचापेचा आहे–

मित्रा   : (रागानेच) हे तू सांगण्याची गरज नाही. (तुटकपणे) कर तुला करायचं ते. मी मला करायचं ते करीन.

बापू   : (काळजीने) म्हणजे काय करणार आहेस?

मित्रा   : तुला काय करायचं आहे? मला मदत करणार नाहीस ना, मग झालं तर. (निघते. सायकल पकडते.) गुड बाय.

बापू   : हे बघ, तुला दुखवण्याचा हेतू नव्हता माझा–

मित्रा   : वाटेल त्यानं दुखवण्याइतकी मी लेचीपेची नाही. मरण पाह्वलंय मी!

बापू   : मित्रा–

[ती गेलेली.]

आयुष्यातून जावी तशी मित्रा गेली. मागे न पाहता. एका निश्चयाने. त्याच वेळी ती माझ्या आयुष्यातून जाती तर कदाचित...

[प्रकाश मंदावत जातो.]

[पडदा]

अंक तिसरा

[दुसऱ्या अंकाच्या अखेरीला होता तसा बापू रंगमंचावर प्रेक्षकांपुढे उभा— स्वत:त हरवलेला.]

बापू : (प्रेक्षकांना) माझा निर्णय मी आश्चर्य वाटावं इतक्या कणखरपणे अमलात आणला. मी खोली मालकाच्या स्वाधीन केली आणि दोन पार्टनरांमध्ये तिसरा राहायला गेलो. प्रश्न नको. मन्यानं मागण्याचा नको, मित्रानं हक्क सांगण्याचा नको.

मित्रा नंतर दिसत होती पण भेटत नव्हती. समोरून जातानाही तिचा राग ती दाखवून जाई. मन्यानं ती खोली सोडली हे पत्करलं आणि तो दुसऱ्या वाटा विचारीत गेला. त्याचं कुणाच्या तरी खोलीवर जमलंही. मित्राचं मात्र जमलं नसावं. हा अर्थात् नुसताच तर्क. उगीच आपण होऊन विचारणं मी टाळत होतो. जखमेवर मीठ कशाला चोळा?

[वाचत बसतो. मित्रा येते. आता ती रापलेली वाटते. रखरखीत.]

मित्रा : काय रे. आपण गावचेच नसल्यासारखा दाखवतोस हल्ली?
बापू : मी? नाही बुवा. तूच कमी भेटतेस. म्हटलं, बिझी असशील!
मित्रा : फारच. तू सुखात आहेस ना, नव्या जागेत? कशाचा त्रास नाही.
बापू : (दुसरे न सुचून) हो. पार्टनर तितके बरे नाहीत, पण ठीक आहे.
मित्रा : माझ्या त्रासापेक्षा ते बरं.
बापू : तू कशी आहेस?
मित्रा : मजेत. मला काहीच कमी नाही. कसली उणीव जाणवत नाही. कसलीच.
बापू : मग हरकत नाही.
मित्रा : (एकदम तिरसट होत) तुझ्या हरकतीला विचारतो कोण? तू दगाबाज आहेस.

[बापू याने एकदम थिजलेला.]

गांडूळ आहेस गांडूळ. तू कसली हरकत घेणार?

[बापू वाचा बसल्यासारखा.]

माझ्या आयुष्यात तू आलास हे आश्चर्य आहे. मला आधीच कळायला हवं होतं. काडीवर धरून तुला फेकून द्यायला हवं होतं.

बापू : माझं काही चुकलं असलं तर क्षमा कर मला.

मित्रा : तुझं काय चुकणार? चुकले मी. एक परी बरं झालं, चूक सुधारली गेली. मला मित्र नव्हताच, उगीच भास झाला, भास.

बापू : (कळवळून) मित्रा, माझ्या बाजूने जरा विचार कर–

मित्रा : काय म्हणून? तू कोण? तुझा विचार करायला वेळ कुणाला आहे? गो टु हेल, आय डोण्ट केअर! माझं तुझ्यावाचून अडणार आहे की काय?

बापू : असं मीदेखील कधी समजलो नाही, मित्रा–

मित्रा : मला तुझ्याकडून पैसे हवे आहेत.

बापू : (गोंधळत, न कळून) पैसे?

मित्रा : (त्याच्याकडे न पाहता) हो, पैसे. असले तर दे. न दिलेस तरी चालेल.

बापू : (स्वतःच्याही नकळत) कशाकरता?

मित्रा : (उसळून) माझ्या मढ्यावर घालण्याकरता. तुला काय करायचं आहे, कशाकरता ते? द्यायचे असले तर दे, नाहीतर नाही म्हण.

[बापू अजून मूढ.]

बापू : माझ्याकडे फार नाहीत, पन्नासेक असतील–

मित्रा : ठीक आहे. मी ते तुला नंतर परत करीन.

बापू : (पैसे काढून देतो.) त्याची गरज नाही, मित्रा–

मित्रा : तरीही परत करीन. तुझ्यासारख्याच्या उपकारात कोण राहतो? अच्छा. भेटेन, पैसे परत करण्याकरता किंवा धाडून देईन. (जाते.)

बापू : (प्रेक्षकांना) मित्राची घरची परिस्थिती तशी चांगली. तिला माझ्याकडे पैसे मागण्याची गरज का भासावी? त्यातही माझ्यावर ती इतकी नाराज असताना! मला उत्सुकता लागली. माझे तर्क चालू होते. विचारायचं तर कुणाला विचारावं हा प्रश्न होता.

[एक मुलगा येतो. बंद चिठ्ठी देतो.]

(फोडून वाचत.) थोडे पैसे असले तर दे. मागचे आणि हे परत करीन— मित्रा. (पैसे काढून त्याच पाकिटात भरून मुलाकडे देतो. मुलगा जातो.) हे पुन्हा घडलं. माझ्याकडेही पैसे घरून मागवलेले. ते मोजकेच. त्यातून मी किती आणि किती वेळा देऊ शकणार हा प्रश्नच होता. एव्हाना एक तर्क माझ्या मनात नक्की झाला होता. नमा आणि मित्राच्या प्रेमप्रकरणासाठीच ही पैशाची गरज मित्राला वारंवार पडत असावी. जागेच्या भाड्यासाठी हे पैसे कदाचित् जात असतील आणि मित्राला हे परवडत नव्हतं पण सोडवतही नव्हतं.

कॉलेजच्या एका औटिंगला नमा आली. मित्रा येऊ शकली नसावी. मन्याही नव्हता. त्याला यात इंटरेस्ट नसावा. मी ठरवलं, नमाशी या प्रकरणी बोलून पाहायचं. फार तर काय होईल? बोलणार नाही.

[नमा येऊन बसलेली किंवा उभी, काहीतरी करीत.]

मिस् देशमुख–

नमा : (पाहत) अं? तुम्ही होय.

[येऊन बसतो किंवा उभा.]

बापू : काय करताय?

नमा : कुठे, काही नाही. करायचं म्हणून काहीतरी...

बापू : मित्रा येईल असं वाटलं होतं.

[नमा गप्प.]

बापू : मन्या कसा नाही आला?

नमा : कसलीशी मॅच आहे त्याला.

बापू : मला वाटलं होतं त्यापेक्षा हे औटिंग अगदीच 'हे' आहे, नाही?

नमा : हो ना.

बापू : फार उथळ वाटतं सगळं. गाणं–बजावणं, आरडाओरड करणं, पाचकळ विनोद करणं– गाण्यातसुद्धा नुसताच गोंधळ– सूर नाही, ताल नाही, रानटी वाटतं सगळं. मला तर इंटरेस्ट लागत नाही.

नमा : मैत्रिणींनी आग्रह केला म्हणून मी तरी आले.

बापू : विचारीन विचारीन म्हणत होतो, विचारू ना? आताशी मित्रा कशी आहे?

नमा : (या प्रश्नाच्या अनपेक्षितपणाने अंग चोरत) का?

बापू : नाही, उगीच. मला भेटत नाही विशेष. म्हटलं तुम्हांला माहीत असेल.

नमा : (अस्वस्थ) ठीक आहे की. (थांबून) नेहमीसारखी.

बापू : माफ करा. मनात आलं म्हणून विचारतो, खरं म्हणजे विचारणं योग्य का अयोग्य तेही माहीत नाही, पण तिची काहीतरी अडचण दिसते. विशेषत: पैशांची.

नमा : (उत्तर न देण्याचा प्रयत्न करते. मग नाइलाजाने) असेल.

बापू : माझ्याकडेच मागितले तिनं तीनचारदा. त्याचं काही नाही म्हणा, पण अडचण काय आहे?

नमा : (प्रश्न न आवडून) तिलाच विचारा.

बापू   : (घाईने) ते झालंच. भेटलात म्हणून उगीच विचारलं. पैशांची अडचण पडते कधी कधी कुणाला. त्याचं काही विशेष नाही. मला फक्त तिची काळजी वाटते.

नमा   : (उत्तर टाळीत अस्वस्थपणे) हूं. (मग अनावरपणे) तुम्ही एक कराल?

बापू   : मी मित्रासाठी काहीही करीन.

नमा   : (पुन्हा अनावर होत) मला– मला कसं सांगावं कळत नाही– म्हणजे तिला. म्हणजे ती कसं घेईल याची भीती वाटते. मला तिची भीतीच वाटते. फार हेडस्ट्राँग आहे ती. तापट आहे. म्हणजे तशी चांगली पण आहे– पण...

बापू   : (आता एका सावध हुशारीने) हो तर, चांगली आहेच. पण तुम्ही म्हणता ते खरं आहे. तिला संयम नाही. एक तर हे टोक नाहीतर ते. त्यामुळे कसं वागावं हे अनेकदा कळत नाही आपल्याला.

नमा   : (उत्स्फूर्तपणे) तेच.

बापू   : माझ्याविषयी त्यामुळेच सध्या तिचा गैरसमज झालाय.

नमा   : मला तर पेच पडलाय.

बापू   : कसला?

नमा   : ती– ती माझ्यावर फार– म्हणजे– प्रेम करते. मलाही– तसं ते– आवडतं पण– एकेकदा प्रेमसुद्धा नको वाटतं. नको इतकं होतं. शिवाय माझेही प्रॉब्लेम आहेत. कसं सांगावं कळत नाही. आणि ती ऐकून घेण्याच्या स्थितीतच नसते. फार प्रॉब्लेम होतो. (गप्प राहण्याचा प्रयत्न करीत) तिला वाटतं आपण करतो ते मला आवडलंच पाहिजे. हे कसं शक्य आहे? काही म्हणायची सोयच नसते. तिचं तेच खरं. आवडी काय त्या तिच्याच. निर्णय तिचे. ती सगळं ठरवणार. मी 'हो' ला 'हो' करायचं. कसं शक्य आहे हे?

बापू : खरं आहे.

नमा : प्रथम प्रथम नाही इतकं वाटलं. म्हणजे मी म्हटलं की ठीक
आहे, पण आता म्हणजे फारच झालं आहे. खरं तर– मला
तिची भीतीच वाटते. एकदा– पण नको– असू दे–

बापू : का? सांगा की.

नमा : नाही, नको. एकदा मी नुसतं थट्टेत माझ्या लग्नाचं बोलले–
तर काय करावं तिनं? गळा दाबला. (ते भय मुद्रेवर आलेले.)
म्हणजे तसा खरा नाही; मग बसली होती हसत. पण भीती
वाटतेच की नाही?
[दोघे जरा वेळ गप्प.]
आणखीही आहे.

बापू : काय?

नमा : सांगावं की नाही कळत नाही. म्हणजे विचित्रच आहे. (त्याच्याकडे
पाहणे टाळत, एका अनावरपणे) मी– जवळ असते– तेव्हां–
ती मी न् मन्याबद्दल– विचारते. म्हणजे आम्ही– कसे– एंजॉय–
करतो– वगैरे. (सांगणे कष्टाचे, पण सांगितले जाते आहे.)
नाही सांगितलं तर चालत नाही– चेहरा– बदलतोच. भीती
वाटते. मला हे असं आवडत नाही. (डोळे पुसते.)
[बापू गप्प. नमा सावरते.]

नमा : कुणालाच सांगू नका हं यातलं काही.

बापू : छे छे.
[नमा जाते.]

बापू : (प्रेक्षकांना) नमानं सांगितलेलं हे वेगळं आणि नवीन होतं.
अशा स्थितीत किती काळ हे प्रेमप्रकरण टिकून राहील? किती
काळ नमा फरफटणं पत्करील? आणि मुळात किती काळ हे
लोकांच्या नजरांआड राहील? नमानं मित्राला एक दिवशी

सोडलं तर मग काय? वास्तविक मला माझी स्वत:ची कामं
होती. अभ्यास होता. पण सर्व सोडून मी याचाच विचार
करण्यात तासचे तास घालवू लागलो. अखेर मित्राला मी पत्र
लिहायचं ठरवलं. लिहितानाच दिसत होतं की याचा उपयोग
होणार नाही. पुन्हा आपण गांडूळ ठरू. तरी लिहिलं. पत्र असं
होतं. (खिशातून कागद काढून मोठ्यांदा वाचत) 'मित्रा, तुला
हे मी लिहिलेलं कदाचित्, कदाचित् का, बहुतेक आवडणार
नाही. पण मित्रकर्तव्य म्हणून लिहीत आहे. वाटल्यास
वाचण्याआधीच फाडून टाक. मला काही वाटणार नाही. तू जे
समजतेस ते तितकं ठीक नाही. ज्याचा तू भरवसा बाळगतेस
ते तितकं भरवशाचं नाही. जास्त काही नाही. बापू'. हे पत्र
मीच तिच्या हातात येता जाता दिलं. देताना भलतंच खुळचट
वाटत होतं पण चूक वाटत नव्हतं.
[मित्रा येते.]

मित्रा	: काय रे बाप्या, काय अर्थ तुझ्या पत्राचा? तुला म्हणायचंय काय? आणि लेखी म्हणण्याचीशी गरज वाटली?
बापू	: वाचलंस ना? मग झालं तर. जास्त काही मला म्हणायचं नाही.
मित्रा	: ज्याचा मी भरवसा बाळगते ते तितकं भरवशाचं नाही म्हणजे काय? व्हॉट डु यू मीन?
बापू	: तेच. मला म्हणायचं ते मी म्हटलंय.
मित्रा	: येडा आहेस. झम्या आहे, झम्या. अजून पुष्कळ कळायचंय तुला.
बापू	: तू म्हण तसं.
मित्रा	: नमाला आता माझ्यापासून सुटणंच शक्य नाही. आता ती माझ्या पुरती मुठीत आहे. बिकॉज शी नोज. मनात आणलं तर मी तिचं कितीही नुकसान करू शकेन.
बापू	: (स्तिमित होत) म्हणजे काय?

मित्रा : म्हणजे मी तिच्या माझ्या संबंधात वाटेल तेवढा बभ्रा करीन. तिचं लग्न मोडीन. तिला आता माझ्याशिवाय गतच नाही आहे.

बापू : पण मन्या–

मित्रा : फरगेट दॅट. मन्याशी तिचा आता संबंध नाही. म्हणजे त्याचा दुसरा एक इंटरेस्ट सुरू झालाय. तिला ते कळलंय. (स्वर विजयी.)

बापू : मन्याचं आणि तिचं संपलं?

मित्रा : येस.

बापू : आणि तिचं कुठं जमूच देणार नाहीस तू?

मित्रा : करेक्ट. म्हणजे त्याविषयी मी वेळ येईल तेव्हां काय ते ठरवीन. म्हणजे तिचं– माझं चालूच राहणार असेल तर आय कॅन कन्सिडर.

बापू : हे ब्लॅकमेल आहे.

मित्रा : मग?

बापू : आपण ज्याच्यावर इतकं प्रेम करतो त्याला ब्लॅकमेलही करतो? त्याच्या सगळ्या वाटा बंद पण करतो? सक्तीनं त्याला आपल्याशी बांधून ठेवायचा विचार करतो?

मित्रा : मला एखादी वस्तू आवडत असली तर ती मी दुसऱ्याला मिळू देणार नाही, काही केल्या देणार नाही. तो माझ्या मर्जींचा सवाल आहे. यात काय गैर आहे?

बापू : काही नाही. नमा ही वस्तू नाही, माणूस आहे.

मित्रा : ती माझी आवडती वस्तू आहे. माझी गरज आहे.

[बापू गप्प.]

का रे? गप्प का आता?

बापू : काही नाही. आपण माणसाला वस्तू मानलं तर आपलीच फसवणूक होऊ शकेल.

मित्रा : छोड तू. नमा वोण्ट लीव्ह मी– अनलेस आय अलाव हर टु लीव्ह, ऑफ कोर्स.

बापू : (प्रेक्षकांना) त्यानंतर फारसं बोलणं होऊच शकलं नाही. [मित्रा जाते.]

बापू : (प्रेक्षकांना) एकदम माझ्या ध्यानात आलं की मित्रा मला आवडत नाही आहे. ती नजरेसमोर नको वाटते. एक प्रकारचं रिव्हल्जन आलं आहे. आमच्या मैत्रीत प्रथमच हे घडत होतं. काहीतरी खूप ताणलं गेलंय आणि तुटतंय आणि आपला काही इलाज नाही. त्या दिवशी मीच तिला कटवलं. तुटकपणे निरोप घेतला. तिला कदाचित् जाणवलंही नसेल. कधी नव्हता इतका कसला तरी राग पोटात खदखदत होता. त्याच रात्री मी ठरवलं की नमाला मित्राच्या तावडीतून मोकळं करण्यासाठी करता येईल ते करायचं. मित्राला काय वाटेल ते वाटो. तिला काय करायचं असेल ते ती करू दे. फिकीर नाही.

हा इतका राग कसला होता? मित्रानं मला तर मुळीच दुखावलं नव्हतं. जेव्हां जेव्हां दुखावलं तेव्हां तेव्हां थोड्या संकोचापलीकडे मला त्याचं काही वाटलं नव्हतं, राग तर नव्हताच आला. पण आता आला होता तो रागच. नमा असो, कुणी असो, कुणी कुणाला 'वस्तू' समजून तिच्याशी कसं खेळ मांडू शकतं? नमाला ब्लॅकमेल करून, तिची कोंडी करून तिला स्वत:साठी ठेवण्याचा मित्राला कुठला हक्क? नमावर प्रेमाची अघोरी सक्ती कशी होऊ शकते. आपण हे होऊ द्यायचं नाही; पण मग काय करायचं? कळत नव्हतं. दुसरं काही न सुचून पांडेला मी एक लांबलचक पत्र लिहिलं. त्यात वाटेल ते लिहिलं. त्याच्या पलटणीच्या पत्त्यावर रातोरात पोस्ट केलं. पांडेला ते कधी मिळणार, ठाऊक नव्हतं. मिळालं नसतं तरी प्रश्न नव्हता.

मिळून तरी काय होणार होतं? पण नुसतं लिहून जरा हलकं
वाटलं होतं.

नमा जेव्हां जेव्हां दिसे तेव्हां मन शरमेनं भरून जाई. वाटायचं,
आपण काहीच करीत नाही. आता कळतं, ती नमाविषयीची
आच नव्हती तर मित्राविषयीचा तो राग होता. जणू मित्रानं
मला एक आव्हान दिलं होतं आणि ते पेलण्याची ताकद
माझ्यात नसावी याची शरम वाटत होती. यात भर टाकणारा
एक प्रसंग घडला.

[मित्रा आणि नमा मजेत हातात हात घालून येतात.]

मित्रा : काय रे बापू, एकटाचसा?

बापू : (नमाला न्याहाळत) वैतागलो, म्हटलं एकटं बसावं.

मित्रा : वाटलंच मला. काय झालं वैतागायला?

बापू : (नमा आणि मित्रा यांचे एकमेकीतले प्रेम आणि विभ्रम न
पाहण्याचा प्रयत्न करीत–पाहत) तसं अमुकच असं नाही.
कधी तरी येतो मूड.

मित्रा : लग्न कर लग्न.

[उगीचच गदगदून हसते. नमा तिला साथ करते. नमा बापूची
नजर चुकवते आहे, जणू ओळख नाहीच असे दाखवते आहे.]
मूड जायला वेळच मिळणार नाही बघ लग्न झाल्यावर. (नमाला)
काय?

[नमा रिस्पॉन्स देते.]

बापू : (न राहवून धाडसाने) करीन की! मला लग्न न करायला
काहीच कारण नाही.

[मित्रा आणि नमा स्वतंत्रपणे जरा चमकतात पण हे न दाखवण्याची
कोशिस.]

मित्रा : वा. बराच बोलतोस की.

बापू : कुणाची भीती?

मित्रा : (नमाला) चल, उशीर होतो. बाय बाय देन बाप्या. सी यू चाइल्ड! [दोघी जातात.]

बापू : (प्रेक्षकांना) तेवढंच जरा बरं वाटलं. शब्दानं तर जरा दुखावलं! नमाचाही राग आला. ती मित्राचीच साथ करीत होती. किती लाचारी! पण मग वाटलं, तिला पर्याय कुठे आहे? पुरती अडकली आहे. मित्रा आता मला एखादा मॉन्स्टर वाटू पाहत होती. एका दुबळ्या, मूर्ख जिवाला जबड्यात घेऊन खेळणारी. मध्यंतरी गावी घरी जाऊन आलो. सुटी होती. शिवाय जरा लांब गेलं तर तेवढंच टाळक्यातलं हे सर्व कमी होईल अशी आशा होती. पण घरी बोअर झालो, परत आलो. उत्सुकता होती. काय परिस्थिती असेल? विचारण्याआतच कळलं. मित्रा–नमाचं स्कँडल तयार झालं होतं. नाव बदलून एक गोष्टही त्यांच्यावर लिहून प्रसिद्ध झाली आणि कॉलेजच्या परिसरात तिची चर्चा होऊ लागली. मित्रा कॉलेजमध्ये दिसत होती. नमाचा पत्ता नव्हता. मित्राला मीच न राहवून कॉलेजपासून लांब गाठलं. काय घडतंय ते जाणून घेण्याची अनावर इच्छा होती.

[मित्रा येते. हाती सायकल. डोळ्यांना काळा गॉगल.]

बापू : मित्रा–

मित्रा : (जास्त रापलेली आणि कोरडी) काय रे, कुठे असतोस?

बापू : गावी जाऊन आलो.

मित्रा : मजा आली असेल!

बापू : नाही, कंटाळाच आला. काय विशेष?

मित्रा : (सावध) कशाचं?

बापू : नाही, असंच. मी नव्हतो ना इथे.

मित्रा : काय काय ऐकलंस आल्यावर?

बापू : मी? (खोटे बोलत असल्यासारखा) काही नाही. तूच प्रथम भेटते आहेस.

मित्रा : असं का? (तिला कळते आहे) लग्नबिग्न ठरलं की नाही?

बापू : (नवलाने) अं? इतक्यात कसं? अजून तर मी बी. ए. व्हायचाय–

मित्रा : (परिणाम नाही) खरंच. बरं तर निघते.

बापू : निघतेस?

मित्रा : का?

बापू : काही नाही. सहज म्हटलं. बऱ्याच दिवसांनी भेटलीस ना.

मित्रा : आय सी. आता एकदाचा विचारीत का नाहीस?

बापू : काय?

मित्रा : (एकदम काहीशी कर्कश) मला रस्टिकेट कधी करणार? आणखी काय?

[बापूला हे नाकारण्यालाही संधी नाही.]

बरोबर ना? हेच विचारायचं होतं की नाही तुला?

बापू : हेच असं नाही– पण असं काहीतरी ऐकलं खरं.

मित्रा : थँक यू– खरं बोललास त्याबद्दल. (तुच्छतेने) लायर! खरं जगण्याची हिंमत नाही तुमच्यात. तुला आहे ठाऊक? तिनं सगळं नाकारलं. साफ कानावर हात ठेवले. ते निभेना तेव्हां रडत म्हणाली, मी नादी लावलं. मी बिघडवलं. ब्लॅकमेल करते, ब्लॅकमेल. पण तिची मुळीच इच्छा नाही! (हिस्टेरिकल हसू जाते, जमत नाही.) हा:! क्षमा मागून मोकळी झालीय.

[काहीशी स्तब्धता.]

बापू : तू काय ठरवलंयस?

मित्रा : मी? मी तिला एक्स्पोज करू शकेन, वुइथ प्रुफ्स. लपायला जागाच राहणार नाही तिला. पण मला ते करायचं नाही.

कळत नाही, का, पण अजून एक सॉफ्ट कॉर्नर आहे. आय स्टिल लव्ह हर बाप्या. आय स्टिल क्रेव्ह फॉर हर. सगळं रक्त तिच्यासाठी ओरडून उठतं. ती हवी, ती! (तिरस्काराने भरते.) आणि ती ही अशी. क्षमा मागणारी. माझ्यावर दोष ठेवला त्याचं नाही काही वाटत. दॅट्स ऑल राइट. मला समजतं का ते. तिला तिची कातडी बचावावीच लागणार. पण तिनं भेटणं बंद केलंय. मी भेटेन म्हणून घराच्या बाहेरच पडत नाही ती. सकाळी तीन तास थांबले होते.

बापू : कुठे?

मित्रा : तिच्या घरासमोरच्या हॉटेलात. पण मग रागच आला. काय हक्क आहे तिचा आता माझ्या प्रेमावर? काय लायकी आहे तिची? डिप्लोमसी म्हणून संबंध नाकारणं निराळं आणि मला न भेटणं निराळं. मला ही भेटत का नाही? तुला ठाऊक आहे? काल संध्याकाळी आमच्या नेहमीच्या ठिकाणी मुद्दाम जाऊन बसले; म्हटलं येईल.

बापू : म्हणजे कुठे?

मित्रा : कॉलेजसमोरच्या सायकलवाल्याच्या घरी. नटराज सिनेमामागच्या झोपडपट्टीत घर आहे त्याचं.

[बापू अवाक्.]

रात्री दहापर्यंत होते. मग थांबणंच अशक्य झालं. दुकान बंद करून पिऊन आला तो. तशी निघून आले.

[सुरात, मुद्रेवर ठणकणारी वेदना.]

आय काण्ट बेअर इट, आय टेल यू. मी जाऊन खून करू का तिचा? शॅल आय किल हर?

बापू : मित्रा, शांत हो–

मित्रा : (एकदम कुचेष्टेने) मित्रा शांत हो! (हसू लागते गदगदून.)

शांताराम! शांताराम बापू! अगदीच शांताबाई आहेस. (हसत राहते. काळ्या चष्म्यानिशी ती आता भयाण वाटते.)

बापू : (न राहवून) रस्टिकेशनचं ते– खोटं ना?

मित्रा : (एका चिडीने) आवरत नाही आहे, आवरत नाही आहे– खाज सुटली आहे जाणून घ्यायची! खोटं का म्हणून? दे विल रस्टिकेट मी. नाहीतर काय माझा सत्कार करणार आहेत ते? गोष्ट लिहिली आहे एका प्रतिभावंत बोरूबहाद्दरानं माझ्यावर.

बापू : पण नाव थोडंच आहे त्यात?

मित्रा : वाचलीस तर ती तू! वाचायला तुलाही आवडलीच असेल.

बापू : नाही.

मित्रा : उत्सुकता अनावर झाली असेल. काय काय लिहिलं?

बापू : (प्रांजळपणे) नाही, मित्रा, देवाशपथ मला त्रास झाला. त्रास नव्हे पण संकोच झाला. लाज-लाज वाटली.

मित्रा : माझी? माझीच! नाकारू नकोस.

बापू : असं काही आपण वाचतो आहोत याची. असं कोणी लिहितं आणि छापतं याची. तू काय करणार आहेस?

मित्रा : कशाबद्दल?

बापू : गोष्टीबद्दल.

मित्रा : तू कर की काय करायचं ते. मला कशाला विचारतो आहेस? मी स्वत: ती गोष्ट वाचलेली नाही. कशाला वाचू? काय लिहायचं ते लिहू देत. मी काय म्हणून ते वाचू? मी काय आहे ते मला माहीत आहे. काय होईल होऊन होऊन? होईल काय?

बापू : (भीत भीत) घरचं काय?

मित्रा : मला माहीत नाही.

बापू : समज रस्टिकेट होण्याचा प्रसंग आला... म्हणजे येऊ नये, पण...

मित्रा	: ठाऊक नाही.
बापू	: तर काय होऊ शकेल? घरी?
मित्रा	: म्हटलं ना, ठाऊक नाही. (खूप टेन्स.) काहीच ठाऊक नाही. एवीतेवी मी वेगळीच आहे. मरायची होते, वाचले. (किंचित् काळाने) एनी वे, गुड बाय.
बापू	: माझ्याकडून काही होऊ शकत असेल तर–
मित्रा	: (चाबकाच्या फटकाऱ्यासारखे शब्द) केलंस, खूप केलंस! आता आणखी कशाला?
बापू	: (दुखावून) तसं नव्हे, खरंच–
मित्रा	: ढोंगी सिंपथी नकोय मला. भिकारी नाही मी!
	[मित्रा निघून जाते.]
बापू	: (प्रेक्षकांना) पुन्हा एकदा मित्राच्या चिंतेनं मनात घर केलं. मात्र हे वाटणं ढोंगी नव्हतं, तसंच पहिल्यासारखं भाबडंही नव्हतं. तिचा नमाकडे पाहण्याचा दृष्टिकोण मला अमान्यच होता, पण ती एकटी पडली होती आणि तिला तसं टाकून, घडेल ते तटस्थपणानं पाहणं मला शक्य नव्हतं. म्हणून शक्य तितकं प्रसिद्धीच्या बाहेर राहून तिला मदत करण्याचं मी ठरवलं. आणि पांडे आला.
	[पांडे आलेला. बदल जाणवतो. लष्करी बांधा आणि चाल. पण कपडे लष्करी नाहीत. नाकाखाली आकड्याच्या, निगा राखलेल्या भरघोस मिशा. पांडे प्रौढ आणि निबर वाटतो.]
पांडे	: हॅलो–हॅलो बापू भडव्या, साल्या– यू बास्टर्ड– (पोटात लटका ठोसा मारतो. घट्ट मिठी घालतो. पुन्हा पाहत) तू चक्क बदललास! तुला मिशा फुटल्या, दाढी फुटली!
बापू	: (संकोचत आणि खूष होत) च्यल् च्यल्! खरं म्हणतोस? तूसुद्धा भलताच बदललास.

पांडे : हाऊ आर यू? कसा आहेस?

बापू : तसा बरा आहे. पण तू आलास कधी पांड्या? कुठे आहेस?

पांडे : सगळ्यात गंभीरपणे विचारात घेण्याची बाब म्हणजे आपण
जिवंत आहोत. कसे ठाऊक नाही, साला अपघातानं म्हण.
कॉम्बॅटमध्ये चिकार गोळ्या खाल्ल्या पण दर वेळी बघतो तर
आपण हयात! शेवटी एक गोळी थेट इथं (छाती दर्शवीत)
घुसली. बट मिस्ड द ब्लडी टारगेट. हा इतका –हे बघ–अर्ध्या
इंचाचा फरक! ब्लडी टिक् टिक् वॉज स्टिल् इनटॅक्ट अँड
बीटिंग. आर्मी हॉस्पिटलात चांगला तीन महिने ठणाणा बोंबलत
आराम केला. तिथं काहीतरी कापलं, जोडलं आणि लढायला
नालायक ठरवून दिलं सोडून. अ वॉर हीरो!

बापू : पण आता कुठे आहेस?

पांडे : खडकीच्या आर्मी हेडक्वार्टर्सवर लष्करी कारकुनीचं काम दिलंय.
सब ऑफिसर. जॉइन व्हायचंय. आधी म्हणालो, तुझी चौकशी
करावी. बापू, आय ॲम युअर गार्डियन पार्टनर, यार! (उगीच
गदगदून हसतो.)

बापू : माझी पत्रं मिळाली का रे तुला?

पांडे : पत्रं? ओ-ओ-ती! ओ येस, मिळाली. यार आधी आपण
कुठे तरी जाऊन जीव थंडा करू, चल. तू वाटलं तर कोल्ड्रिंक
घे–का घेतो दारू आता? आपण दारू पिणार. गप्पा करू–
चल–

[रंगमंचावर एका ठिकाणी वेटरच्या पोशाखातला एकजण एक
टेबल ठेवून गेलेला. पांडे बापूला घेऊन टेबलाशी जातो. दोघे
दोन खुर्च्यांत बसतात. टेबलावर बाटली, ग्लासेस, ॲश पॉट.]

पांडे : (पीत) काय बे, किती पोट्ट्या हाताळल्या?

बापू : (पीत) अं? पो-अजून नाही.

पांडे	: यू मीन यू आर स्टिल अ ब्लडी व्हर्जिन? साल्या खरं सांग, पालकाकडे थापा नको ठोकू. हाणीन एक!
बापू	: खरं.
पांडे	: (मनापासून) तू अजून कोरा? बापू लेको आमची लाज घालवून राह्यला यार तुम्ही. यार लढाईचं सोड, ते तुला नाही जमणार. पण बाई? तीसुद्धा नाही? तीसुद्धा?
बापू	: (विषय बदलीत) तुला एक माहीत आहे, पांड्या?
पांडे	: तू आधी सांग, तू करीत काय होता यार मग? एक बाईसुद्धा नाही?
बापू	: (नेटाने) मित्रा–मित्राचं कळलं नसेल तुला–
पांडे	: (कोरा) मित्रा? कोण मित्रा? कुठला मित्रा– (एकदम आठवून) अच्छा अच्छा अच्छा–मित्तरसिंग! हाँ हाँ हाँ. तुझी पत्रं. सच ब्लडी सिली लेटर्स–मक्‌–वेदनेनं बोंबलतानासुद्धा वाचून हसत होतो.
बापू	: (दुखावून) का? हसण्यासारखं काय होतं त्यात?
पांडे	: काय होतं? आता आठवत नाही, पण तेव्हां हसलो होतो. कदाचित् हसायला सालं काहीतरी हवं असेल. वेदनेनं बोंबलत पडलो होतो ना! बापू, भडवेओ, संपला ना एकदाचा तुमचा तो बिनव्याजी भांडवल गुंतवणुकीचा धंदा?
बापू	: (विचाराने) नाही अजून.
पांडे	: (धक्का बसावा तसा) अजून नाही? यू मीन–तू अजून राह्यला का पडून त्या लेस्बियनच्या मागं? [बापू होकारार्थी मान हलवतो. पांडेचा कपाळाला हात.]
बापू	: तुझा गैरसमज व्हायला नको. माझा इंटरेस्ट त्यात काही नाही. पण अजून सुटत नाही एवढं खरं–
पांडे	: (एक–दोन घोट घेऊन) आपण समजून गेलो यार. माझं पण

कधीतरी तसं होतं. एकदम सालं काळीज उसवतं. पण पाच सात पेग मारले का नीट, की खतम् सगळं. साले आपण तरी काय तुटलो तिच्यावर एक काळ? (थुंकून) साली लेस्बियन.

बापू : पांडे, तिचा जरा प्रॉब्लेम आहे.

पांडे : ए, तू तर आचमनं करून राह्यला यार दारूची–संपव पेग–

बापू : प्रॉब्लेम जरा सीरियस आहे बघ.

पांडे : संपव. लेट अस ऑर्डर वन मोअर. आटप. बेअरा–

बापू : (घोट घेऊन) कॉलेजच्या मॅनेजमेंटला कळलंय. कुणीतरी गोष्ट लिहिली. नावाचा फरक, बाकी सर्व ओळखू यावं असं. रस्टिकेट करण्याची शक्यता आहे.

पांडे : (बेअराकडे ऑर्डर देऊन) काय म्हणत होता?

बापू : (आता एकदम माघार घेत) महत्त्वाचं काही नाही. मला आता बस्स पांड्या!

पांडे : व्हॉट रबिश! अजून एक तर संपवू. मी तुला सोडतो, डोण्ट वरी–

बापू : नाही–तसं नव्हे–पण...

पांडे : आलो.

[पांडे आत जातो.
बापू उठून पुढे येतो.]

बापू : (प्रेक्षकांना) त्या बैठकीत पुन्हा पांडेकडे तो विषय मी काढला नाही. मुळात काढला तरी कशाला ते कळत नव्हतं. पांडे लढाईवर जाऊन आणखीच वातड झाला असं वाटलं. सुरुवातीला त्याला पाहून झालेला आनंद पुढे राहिला नाही. रात्रभर तळमळलो. सकाळी भयाण मूडमध्ये कॉलेजला गेलो. मित्राचे वडील प्रिन्सिपलना भेटून गेल्याचं ऐकलं. म्हणजे काहीतरी ठरलं असलं पाहिजे. काय ते कळण्याला तूर्त मित्राशिवाय दुसरा मार्ग नव्हता. आणि तिला भेटण्याचा हुरूप उरला नव्हता.

[मन्या येतो.]

मन्या : बाप्या, तू सांगितलं नाहीस म्हणून कळायचं राहत नाही. म्हातारीनं कोंबडं झाकलं तरी उजाडतंच. मला कळलं. रस्टिकेशनऐवजी 'तेरी भी चूप– मेरी भी चूप' पद्धतीनं मिटवलं, खरं का नाही?

बापू : मला ठाऊक नाही–

मन्या : मग हे ऐक. पटावरनं नाव काढून घेतलं. आपण होऊन कॉलेज सोडलं असं दाखवलं. माझा तर्क होताच. मॅनेजमेंटला बभ्रा नको होता. रस्टिकेशनशिवाय परस्पर घाण गेली.

[बापू गप्प.]

आता दुसरं एखादं कॉलेज. पण पुण्यात यानंतर कठीण आहे. लांब, बॉम्बे नाहीतर दिल्लीला शक्य आहे. तिथं कुणाला कळणार?

[बापू विचारमग्न.]

तरी, मध्येच कॉलेज का सोडलं, ते दाखवावं लागेलच किंवा वर्ष जाईल. पण मी मागावर राहणार आहे. ॲडमिशन घेईल तिथे पत्र टाकणार. सर्व कळवणार. सायक्लोस्टाइल कॉपीजच काढून ठेवतो.

बापू : तुला का उत्साह?

मन्या : मजा साला. बघू तर खरं, काय करते!

बापू : ती काय करणार?

मन्या : लौकर मरणारी जात नाही. वळवळेल.

बापू : सोड तिचा पिच्छा. दुसरं काही कर.

मन्या : ते तर करतोच. पण तिलाही सोडणार नाही. होऊन जाऊ दे. वेळ पडली तर स्वत: पोचणार बघ.

बापू : मन्या, ही वृत्ती वाईट आहे.

मन्या	: का? काय म्हणून?
बापू	: ही विकृती आहे. मेलेल्याला पुन्हा मारण्यात काय गंमत?
मन्या	: ते तुला नाही कळायचं आणि ती तशी मरणार नाही, पण बाकी मजा येईल मोठी. तू तिला हे कळवशीलच?
बापू	: (रागाने) नाही.
मन्या	: सांगच, माझं नाव घेऊन सांग. बघू काय म्हणते.
बापू	: मला तसली सवय नाही.
मन्या	: मी सांगतोय ना सांगायला. आय वाँट हर टु नो.
बापू	: मला जमणार नाही. जखमी चिमणीच्या पायाला दोरी बांधून तिचे हाल करावेत तसं होतंय हे.
मन्या	: कोण जखमी चिमणी? रक्ताची चटक लागलेलं जनावर आहे ते. पण आपण तिला पुरून उरतो बघ. जा म्हणावं कुठं जातेस ती. मी पोचतोच तिथे. तू सांगच हे तिला. [मन्या जातो.]
बापू	: (प्रेक्षकांना) मन्याची शिसारी आली. पण मित्राबद्दलही आता प्रेम वाटत नव्हतं. तिच्यातही थोडा मन्या होताच. तीही नमाला ब्लॅकमेल करायला निघालीच होती. [नमा येते.]
नमा	: मला जरा–तुमच्याशी काही–खाजगी बोलायचं होतं.
बापू	: माझ्याशी?
नमा	: तुम्हांला भेटायला आलेय हे कुणाला माहीत नाही. नंतर कळलं तर चालेल. उद्या मी...चालले.
बापू	: कुठे?
नमा	: (त्याच्याकडे पाहणे टाळत) कुठे तरी. कलकत्त्याला. पण हे सांगू नका. गुप्त ठेवा.
बापू	: किती दिवसांसाठी?

नमा	: बहुतेक...कायमचीच...कलकत्त्याला बहीण आहे. लग्न ठरलंय. मुलगा तिकडलाच. तिला–तिला कळू देऊ नका. तिला त्रास होईल. कलकत्त्यालासुद्धा येईल. वाटलं, तुम्हांला तरी कळवावं......
बापू	: (अर्थहीनपणे) बरं...
नमा	: तिला–(एकदम गळा दाटतो.) तिला मग–(शब्दांसाठी धडपड.) काही नाही. सांगायला आले. निघते मी. पण तिला कळू देऊ नका हं. शपथ आहे माझी.
बापू	: मग मला तरी कशाला सांगितलंत?
नमा	: ठाऊक नाही. वाटलं. निघते. कळू देऊ नका हं पण, नाही तर... (निरोप घेत) अच्छा–
बापू	: (आठवण होत) विश यू हॅपी मॅरीड लाइफ– [नमा दुखावली जाते.] मनापासून. लग्नाला येऊ शकणार नाही ना– [नमा स्वतःला निग्रहाने खेचून न्यावे तशी जाते.]
बापू	: (प्रेक्षकांना) नमा चालली. लग्न होणार होतं. मित्राला पुन्हा भेटणार नव्हती. नमा मित्रापासून कायमची दूर निघाली होती आणि मित्राला हे माहीत नव्हतं. उद्या सकाळीच नमा जाणार होती. वाटलं की मित्राला हे कळलं पाहिजे, पण मी शपथेनं बांधला गेलो होतो. काय करू? रात्र तशी पेचात काढली. दुसऱ्या दिवशी न राहवून मित्राला शोधत निघालो. [मित्रा रंगमंचावर एका जागी उभ्या सायकलला रेलून उभी, पुष्कळ वेळ उभी असल्यासारखी. डोळ्यांना काळा चष्मा. बापूच्या विरुद्ध बाजूकडच्या समोरच्या रस्त्यापलीकडच्या घराकडे पाहत असावी.]
बापू	: मित्रा–

[मित्राची प्रतिक्रिया नाही.]

मित्रा–

[दचकल्यासारखी मित्रा वळून पाहते. ओळखले नसावे तसा चेहरा.]

मित्रा : ओह–बापू. (काही रस नसावा तशी उलट वळते.)

बापू : इथं काय करते आहेस?

मित्रा : काही नाही.

बापू : मित्रा–काही सांगायचं होतं–

मित्रा : नको सांगूस. (मग त्याच्याकडे वळत) काय?

बापू : आपण कुठे तरी जाऊन बसू या?

मित्रा : इथं सांगू शकतोस.

बापू : नको. जाऊन बसू या ना कुठे तरी. एक पाचच मिनिटं.

[मित्राला रस नाही.]

मी म्हणतो म्हणून.

मित्रा : (समोरच्या घराकडे पाहते. पाहण्यात क्षणिक हरवते. मग भान
येऊन) चला.

[दोघे पोचतात. सायकल पिनवर उभी करून दोघे बसतात.
बापू शब्द जुळवतो आहे.]

मित्रा : लौकर बोल. मला वेळ नाहीय.

बापू : मित्रा, नमा कल्–गेली–

मित्रा : काय?

बापू : म्हणजे–मला असं–कळलं–ती जातेय–

मित्रा : कुठे जातेय?

बापू : कलकत्–नाही, मला माहीत नाही. खरंच नाही–

मित्रा : कलकत्त्याला काय म्हणालास?

बापू : नव्हे–असं वाटलं; पण खरं मला माहीत नाही. मला काहीच

माहीत नाही. इतकंच की–ती गेली–

[मित्रा त्याचे मनगट खस्सदिशी पकडते. नजर त्याच्यावर रोखलेली. बापू अंग चोरतो आहे.]

खरंच मला काही ठाऊक नाही–

मित्रा : खोटं.

बापू : देवाशपथ–

मित्रा : (उग्र सूर) तुला खोटं बोलणं जमत नाही. काय ते सांगून टाक. कोण भेटलं? काय म्हणालं? कधी जातेय म्हणालं?

[बापू अवाक्.]

ए दगडा, बोल की लौकर–बोल! (तिने त्याचे मनगट पिरगाळलेले–हातात राक्षसी ताकद. मुद्रा हिंस्र.)

बापू : मनगट सोड.

[ती सोडते.]

मी ऐकलं तेवढं तुला येऊन सांगितलं. खरंच.

मित्रा : कलकत्त्याला जातेय ऐकलंस?

बापू : अं...हो...मला वाटतं. पण ठाऊक नाही.

मित्रा : कोण भेटलं तुला? नमा भेटली? ती भेटणं शक्य नाही. मग कोण भेटणार? मन्या? त्याला काय माहीत? त्याचा तिचा काही संबंध नाही. आणखी कोण? कधी जातेय म्हणालं? उद्या?

बापू : (खाली पाहत) नाही. आज–सकाळी.

मित्रा : (एकदम उसळून) सकाळी! आणि तू मला आता सांगतोयस! (अंगाला कंप सुरू झालेला.) आत्ता–सांगतोयस हरामखोरा– आत्ता सांगतोयस–शक्य नाही. चुकीचं आहे. जाणार नाही. नाही गेलेली. इथंच आहे. जाईलच कशी? जाईल कशी ती? ती परत येईल–गेली असली तर. पण–पण–(अवस्था शोचनीय. ओठांना कोरड. पुन्हा पुन्हा ओठांवरून जीभ फिरवते आहे.)

कुणीतरी–बनवलं तुला. भोट! मूर्ख. शी कॅनॉट गो. शी–जस्ट–कॅनॉट–गो!

बापू : (उमाळ्याने) पण हे खरं आहे मित्रा, मला–मला तिनंच काल सांगितलं.

[मित्रा बधिर होऊन त्याला पाहते आहे.]

शपथ घातली–तुला सांगायचं नाही म्हणून–पण मला राहावलं नाही. मित्रा, सगळंच सांगतो. तिचं लग्न ठरलंय. ती जाऊन लग्न करणार आहे.

मित्रा : (अंगाला काटे फुटावे तशी उभी.) कुणाशी?

बापू : तिकडचाच–कुणी–आहे–म्हणाली–नाव सांगितलं नाही. खरंच नाही–

[मित्रा जशी बेभान उभी.]

आणि –आता कळून तरी काय उपयोग आहे, मित्रा, ती गेली आहे.

[मित्रा सावकाश खाली बसते. सिगरेट शिलगावते, झुरके घेते. कसला तरी विचार जोराने चालू आहे. मग एकदम ताड्दिशी उठते.]

मित्रा : (सायकलकडे जात) निघू या आपण.

बापू : (जाऊन तिला अडवीत) मित्रा! कुठे निघालीस?

मित्रा : (त्याचे अवसान पाहत) जीव देणार नाही. सोड मला.

बापू : मित्रा बैस जरा–पाच मिनिटंच–जास्त नाही, पाचच मिनिटं. (धरून बळेच आणून बसवतो मूळ जागी.) प्लीज बैस. कधी फर्मावलं का तुला? आज फर्मावतो आहे. तुला काही सांगण्याचा अधिकार मला नाही, ठाऊक आहे मला. पण तरी वाटतं म्हणून सांगतो. निदान ऐकून घे.

[मित्रा बसून.]

एवीतेवी व्हायचं ते घडलं आहे. कधीतरी संपणारच होतं ते संपलं आहे. तर आता नव्याने सुरुवात कर. वाट बदलण्याची ही संधीच आली आहे असं समजू आपण. हे बघ, तू मनावर घेतलंस तर काय अशक्य आहे? तुझ्यात ताकद आहे, हिंमत आहे. तू ठरवलंस की सगळं बदलून टाकायचं, तर सर्व बदलेल, मला खात्री आहे.

[मित्रा बसून.]

पटतं का तुला? विचार कर म्हणजे पटेल. विचार न करता आपण कशामागे तरी फरफटतो; पण विचार केला तर चूक लक्षात येते. जे जमणार नाही त्यामागे जिवापाड लागण्यात काय शहाणपणा? नमा राहणार नव्हतीच. मला तिनं एकदा सांगितलं होतं. तुझ्या प्रेमाची तिला सक्ती वाटत होती. सक्तीनं कुणाला धरून ठेवता येत नाही. ते खरं पण नसतं. ते जातंच. तर उद्यापासून नवीन सुरुवात. एक नवं आयुष्य सुरू कर. मी तुला मदत करीन. तू म्हणशील ते करीन. हे दिलं वचन. हे मी पाळीन. वाटलं पाहिजे की ही नवीन मित्रा आहे. ठरलं ना मग?

मित्रा : (यांत्रिकपणे) हूं. मी निघू? उशीर होतोय–

बापू : पण हे ठरलं–ठरलं ना?

मित्रा : हो (उठते.)

बापू : आपण उद्या भेटायचं. यानंतर रोज आपण भेटायचं. खूप बोलायचं. चर्चा करायची. खूप पाहायचं–

[मित्रा सायकलकडे जाते.]

बापू : उद्या इथेच भेटू. मी सहाला येईन–

[मित्रा सायकलीसकट जाते.]

बापू : (प्रेक्षकांना) खूप छान वाटलं. एक्सायटेड वाटलं. वाईटातून चांगलं निघणार होतं. मित्रा मला माझ्या ताब्यात कुणीतरी

दिलेली छोटी, अजाण पण चांगली मुलगी वाटत होती आणि
मी तिचा भविष्यकाळ प्लॅन करीत होतो. दुसऱ्या दिवशी
ठरल्या वेळेआधीच मी ठरल्या जागी पोचलो.

[त्या जागी पोचतो. बसतो.]

मित्राला उशीर होत होता. काळोख पडू लागला. काळोख
झाला. मित्रा येत नव्हती. मित्रा आलीच नाही. काय झालं?
समजुतीचा काही घोटाळा? की कसली अडचण? की...काही...?
जिवाची उलघाल सुरू झाली. काय झालं असेल? मित्रा
आल्याशिवाय राहायची नाही. काहीतरी झालं असणार

[उठून मूळ जागी येतो.]

बैचेनी इतकी वाढली की एका अनावरपणे मी तिच्या घराच्या
दारातच जाऊन उभा राहिलो. रात्रीचे साडेआठ वाजले असतील.
दार उघडणाऱ्या गृहस्थांनी त्रासिकपणानं, तुसडेपणानं पाहिलं.
'कलकत्त्याला गेली ती' असं म्हणून त्यांनी दार धाडदिशी
लावून टाकलं. मित्रा कलकत्त्याला गेली? कलकत्त्याला? तिने
मला शब्द दिला होता. कलकत्त्याला ती कशी जाईल? पण
असंच झालं होतं. मला मूर्खांच्या नंदनवनात सोडून मित्रा
त्याच दिवशी सकाळी कलकत्त्याकडे गेली. याचा अर्थ आदल्या
दिवशी संध्याकाळी मी तिला उपदेश करीत असतानाच तिच्या
मनाशी कलकत्त्याला जाण्याचं ठरत होतं. भेटण्याचं कबूल
करून जाताना ती मनाने कलकत्त्याला वाटेला लागलीही होती.
चेहरा आठवला. खात्री पटली. तिनं माझा मामा केला होता.
मला गाढव बनवलं होतं आणि मी बनलो होतो. नव्हे होतोच.
गाढव नाहीतर काय? इतक्या अनुभवानंतरही आशेला येऊन
फसलो होतो. हातोहात फसलो होतो. जनावर रक्तामागे गेलं
होतं.

चीड आली. स्वत:चीच चीड. गाढव ठरण्यालाही मर्यादा असावी. ठरवलं की, झाली ही हद्द. यामुळे शहाणं व्हायचं. आता शहाणं होणंच भाग होतं.

[मित्रा येते. थकलेली, डोळ्यांना काळा चष्मा, बापू दुर्लक्ष करतो.]

मित्रा   : हॅलो, बापू–

[बापूची प्रतिक्रिया नाही.]

तुला म्हणतेय मी, बाप्या–

[बापूची प्रतिक्रिया नाही.]

ओऽ आय सी, तू रागावला आहेस. माझ्यावर रागावला आहेस. माझं तोंड पाहण्याची तुझी इच्छा दिसत नाही.

[बापू तसाच.]

ठीक आहे. मी तशीच आहे. सर्वांना त्रासदायक होणारी. कुणालाच नको असणारी. तूसुद्धा केव्हातरी त्यात जमा व्हायचाच होतास, मला ठाऊक होतं.

[बापूवर परिणाम नाही.]

मी तुला दोष नाही देत, स्वत:लाच देते. तुझ्या सहनशक्तीचा मी अंतच पाहिला असणार, मला मान्य आहे. (नि:श्वास, काहीसा नाटकी.) कळतं पण वळत नाही. मलाच अनावर होते–नको ते करून बसते. परिणाम मलाच भोगावे लागतात. ते ठीक; पण दुसऱ्यांनासुद्धा त्यात ओढते. उदाहरणार्थ तुला–

[बापू हलत नाही आहे.]

माझ्याशी बोलायचं नाही ठरवलं आहेस? का संबंधच तोडले आहेस? तसं सांगून टाक. मी जाईन. जगात एवढंच काय ते माझ्यासाठी होतं, तेही संपलं असलं तर संपलंच.

बापू   : संबंध ठेवण्याच्या लायकीची तू नाहीस, मित्रा.

मित्रा	: संपले म्हण लौकर.
बापू	: मला भेटते म्हणून तू कलकत्त्याला निघून गेलीस! वचन घेणारा मी गाढव. त्या वचनाला तुझ्या लेखी काही किंमत नव्हती–
मित्रा	: हे बघ मी–
बापू	: (उसळून) इथे दुसऱ्या दिवशी मी खुळ्यासारखा भेटीच्या जागेवर जाऊन तुझी वाट पाहतोय–काळजी करतोय– शेवटी न राहवून तुझ्या घरी पोचतो–
मित्रा	: सॉरी बापू–
बापू	: मानभावीपणा नकोय! माझी किंमत तुझ्या लेखी काय ते दाखवून दिलंस तू मला त्या दिवशी. कळली मला ती. मी म्हणजे तुझं एक पायपुसणं. जरूर तेव्हा वापरावं, लगेच लाथाडावं.
मित्रा	: नाही, असं नाही–
बापू	: कामाला बापू. त्याचं ऐकण्याचा प्रश्न आला की दे गुंगारा. पुन्हा काम लागलं की मूर्ख असणारच तयार!
मित्रा	: जरा ऐकून तर घे माझं–
बापू	: नमानं मला सांगितलेलं तुला न सांगण्याला वचनानं बांधला गेलो होतो मी. काय काय म्हणाली असेल ती तू पोचल्यावर? माझं काय होतं याचा विचार न करता कलकत्त्याला धावलीस तू, तेव्हां नाही आठवला बापू? आता लागली असेल पुन्हा गरज कशासाठी तरी. पण साफ सांगतो, यानंतर तुझ्यासाठी काही एक करायचं नाही मला. दुसरं कुणी पायपुसणं पाहा जा.
मित्रा	: झालं तुझं?
बापू	: वर विचारतेस? कलकत्त्याला चैन केली असशील. कशी झाली ट्रिप?

मित्रा : ट्रिप गेली झाल्नात. मला सांग, मी तुला माझ्या नादी लावलं, बापू? मी तुझ्यावर माझ्यासाठी सगळं करण्याची सक्ती केली? मी तुला वापरला– मी? आणि तुझ्या इच्छेविरुद्ध तू स्वत:ला वापरू दिलंस?

बापू : तो प्रश्न नाही–

मित्रा : नाही कसा? आहे. बापू तुझी स्वत:ची अक्कल इतकी सगळी करमणूक होईपर्यंत कुठं गेली होती? कधीही तू मला 'नाही' म्हणू शकत होतास. मला तुझी खोली हवी असताना तू खोली सोडून कुणीतरी दोघांमध्ये तिसरा राहायला गेलास ना? तेव्हां मी काय केलं तुझं? माझ्यावर ती घाणेरडी गोष्ट छापून आलेली रसभरितपणे वाचण्यापलीकडे काही केलं नाहीस तू. तेव्हां मी काय करू शकले?

बापू : भलत्या गोष्टी काढू नकोस. ते प्रसंग निराळे होते. मी तेव्हां वागलो त्याला तशी कारणं होती–

मित्रा : आणि मी वागते त्याला नसतील! अकारणच मी तशी वागत असेन. (थकला उसासा टाकते.) चल बाबा, जाऊ दे. कलकत्त्याहून तुझ्यासाठी हे आणलं होतं. (रसगुल्ल्यांचा डबा ठेवते.) हे द्यायला आले...
हे ठेव, नाहीतर उकिरड्यावर फेकून दे. मी चालले.

बापू : (तिच्या या अनपेक्षित कृतीने हडबडलेला. मग सावरून) मी घेणार नाही ते. ही लाच कशासाठी ते आहे माहीत.

मित्रा : कशासाठी?

बापू : असं काही केलं की भाबडा बापू हमखास विरघळणार. पण आता विसर ते. तुझा डाव साधणार नाही.

मित्रा : डाव!

बापू : यानंतर माझ्यावर विसंबून राहू नकोस.

मित्रा : मी कुणावर विसंबून नाही.

बापू : (दुखावून बोचरेपणाने) वेळोवेळी उसने घेतलेले पैसे परत न केलेस तरी चालेल–

मित्रा : (एकदम भडकून पर्स उघडते. मिळतात तेवढे पैसे काढून त्याच्या पुढ्यात त्वेषाने फेकते.) घे, आणखी उरलेले व्याजासकट परत करीन. (मनगटावरचे घड्याळ काढू लागते.) हे घड्याळ– हे ठेव तोपर्यंत–

बापू : हं, हं, घड्याळ हातावरच ठेव. मी कुणी पठाण सावकार नव्हे. (पैसे गोळा करून तिच्या पर्समध्ये नेऊन भरतो. पर्स पुन्हा हाती ठेवीत) परत मिळण्याच्या अपेक्षेनं काही केलं नाही मी. त्याहून मोठं मन होतं त्यामागे. पण त्याचं महत्त्व तुला मुळी वाटलंच नाही, मित्रा. तुला वाटलं, करणारा बुद्दू आहे, बेअक्कल आहे. तो तसा यानंतर राहिला नाही एवढंच तुला सांगायचंय. अजूनही मदत लागली तर करीन मी. कुणाही गरजूला करतो तशी. पण मैत्री संपली. तू संपवलीस ती. यानंतर काही कर, कशीही वाग, मला सुखदुःख असणार नाही. मला आता तू त्रास देऊच शकणार नाहीस, कारण मी आता तुला ओळखलं आहे, मित्रा.
[मित्रा निघून जाते.]

बापू : (प्रेक्षकांना) हलकं वाटलं. ऐकवायचं होतं ते ऐकवलं असं वाटलं. पुढे काय होईल याची मुळीच फिकीर वाटत नव्हती. सगळं संपलं असं म्हणून माझ्या इतर उद्योगांना लागलो. मित्राचं कॉलेजमधून जाणं एव्हांना कॉलेजभर झालं होतं. त्याविषयीच्या कथा बोलल्या जात होत्या. एकदोघांनी मलाही छेडण्याचे प्रयत्न केले. मी दाद लागू दिली नाही. संध्याकाळी आता वेळ राहू लागला. लायब्ररीत जाऊन बसू लागलो. बिन

अभ्यासाचं वाचन होऊ लागलं. सायकॉलॉजीवरचं एक पुस्तकही कसल्याशा नेटाने वाचून काढलं. त्यात मित्राच्या स्वभावाची वैशिष्ट्ये शोधली. पण विशेष पत्ता लागला नाही. मात्र मन्याच्या साडिस्ट वागण्याचा थोडासा खुलासा झालासा वाटला. एकदा मित्रा सायकलवरून जाताना दिसली. तिनं अपेक्षेनुसार माझी दखल घेतली नाही. डोळ्यांना गॉगल होता. चेहरा ताठर, ताणलेला. गंमत म्हणजे मलाही थोडंसं विचित्र वाटण्यापलीकडे काही वाटलं नाही. विचित्र यासाठी की असं पूर्वी घडतं तर मला निश्चितच त्रास झाला असता, तो आता होत नव्हता.

[पांडे आणि मन्या येतात. दोघे बऱ्यापैकी प्यायलेले.]

पांडे : लुक! तो बघ–बापू!

मन्या : कोण? (पाहून) ओ, बापू. लेट अस टेक हिम– (शिटी घालतो तोंडात बोटे खुपसून.)

पांडे : बाप्–बापू भैय्या–बापूराव–

[बापूचे लक्ष जाते. दोघांना पाहून विशेष उजळत नाही. दोघे त्याच्याजवळ येतात.]

मन्या : काय रे बापू, काय करतो आहेस?

पांडे : चल्–हमारे साथ । चल–चल बे–

बापू : मला जरा–

पांडे : काम आहे! काम जरा आमच्यासाठी बाजूला ठेवा ना बापा! काय रोज भेट पडतो का आम्ही तुम्हाले? चल–

बापू : कुठे पण?

मन्या : पांडे, कुठे विचारतोय हा!

पांडे : जहन्नुममध्ये, लेकरा. आम्ही तिथंच जाऊन राह्यलो. तुला कुठे स्वर्गाले जायचं का लेकरा? आम्हाले तिथं एण्ट्रन्स नाही.

मन्या : कुठे नाही रे, जरा मजा करू–चल–चल–तर–

[दोघे त्याला घेऊनच निघतात. आर्मी क्लबमध्ये पोचतात.
पांडे 'बेअरा'ला टेबल मांडायला सांगतो. तिघे टेबलपाशी
बसतात. पिण्याचा कार्यक्रम सुरू होतो.]

पांडे   : (स्वतःसाठी आणि मन्यासाठी दारू ओतत) वैसी बहोत अच्छी
जगह तो नहीं है, लेकिन एक-दारू खात्रीची मिळते इथं. नो
फेक स्टफ्. पिण्यासाठी दारुडे जिव्हल्या चाटत येतात इथं.
(बापूला) तू काय घेतो, रम् का व्हिस्की?

बापू   : मला नको रे. (पांडेचा चेहरा पाहून) बरं, ओत.
[पांडे ग्लास तयार करून बापूला देतो.]

मन्या   : (बापूला) गंमत कळली की नाही तुला? मित्राला घराबाहेर
काढलं. बायकांच्या होस्टेलवर गेलीय राहायला.
[बापू प्रतिक्रिया देत नाही.]
पण होस्टेलवर मी पोचणार. तिथून तिला हाकलून काढतो
आपण. (पांडेला) व्हेरी डेंजरस कॅरॅक्टर.

बापू   : (पितो आहे.) तू काय कमी डेंजरस आहेस?

मन्या   : व्हॉट?

बापू   : नमाला तू ज्या पद्धतीने फेकून दिलंस–

पांडे   : (मन्याला) डोण्ट टेक हिम सीरिअसली–

मन्या   : काय केलं मी?

बापू   : नमाच काय, ज्या पद्धतीने एकूणच तू पोरी खेळवतोस आणि
फेकून देतोस–

मन्या   : माय बिझनेस–

बापू   : तसं मित्रा काय करते हा तिचा बिझनेस. तुला का त्याची
पंचाईत?

पांडे   : एकमेकांत काय गुलगुल करून राह्यले यार तुम्ही?

मन्या   : मित्रा एक कीड आहे–कसर आहे कसर–

बापू : तू किडा आहेस. (हा दारूचा परिणाम.)

मन्या : (उभा राहत) से इट अगेन!

पांडे : (मन्याला बसवीत) बस बे, ड्रिंक्स घे. नो सीरियस टॉक. बस–

मन्या : (बसत बापूला) तू मित्राचा भडवा आहेस.

पांडे : (मन्याच्या तोंडावर हात धरीत) साले चूप–चूप एकदम–लेट अस– टॉक सम क्रॅप–नो टेम्पर्स–लाइफ इज व्हॅल्युएबल–

मन्या : तुझी पोळायचीच तिला बोललं की–

बापू : मी तिचा कुणी नाही. पण तिची शिकार करण्याचा हक्क तुला कुणी दिलेला नाही. तू कोण तिनं होस्टेलवर राहता कामा नये हे ठरवणारा?

मन्या : मी? तिचा शत्रू!

पांडे : वन मोमेंट–वन मोमेंट जंटलमेन! कुणाबद्दल बोलून राह्यला तुम्ही? मित्राबद्दल? मित्तरसिंग! (उभा राहतो.) मग मला बोलू द्या. मी बोलणार. आपण तिचे पहिले फॅन. साला चुतिया. तुम्हांला ठाऊक आहे, ही मित्रा आजकाल आमच्याकडे येऊन राह्यली. शी कम्स टु अवर ऑफिसर्स क्लब.

मन्या : नो–

पांडे : आईशपथ! खोटं काहून बोलेन मी राजेहो? बायका काय मिळत नाहीत काय आपल्याला? साला लेस्बियनबद्दल बोस्ट करीन मी? थूत्! पण ती येते.

बापू : (अनावरपणे) कशाला?

पांडे : क्लबात कशाला येईल कोण? प्यायला–विलायती, उंची, खात्रीची मिळते ना आमच्या इथं. पुन्हा फुकट! आज हा ऑफिसर, उद्या तो. पाजतात तिला. घेऊन जातात.

मन्या : (तोंडाला पाणी सुटावे तसा) च्यायला!

पांडे : करत असतील वसूल. लेस्बियन साली. (थुंकतो) आणि हिच्यावर
आम्ही मरत होतो! (बापूला) तू मरत होतास. (मन्याला) तू
साला स्मार्ट, हुशार—

मन्या : (बापूला) आता बोल पांड्याला—विचार त्याचा हक्क! कुत्री
साली लूत भरलेली...

पांडे : मन्या, यार इनफ...

बापू : (उठत) तुम्ही बसा—मी निघतो.

पांडे : (त्याला पकडून) कहाँ भागता है यार? बैस. बैस. आपण
सोडून देऊ तुला खोलीवर—

बापू : (सोडवून घेत) नो थँक्स. (पांडेला) तू म्हणालास ते खरं नव्हे
ना पांड्या? थट्टा नकोय—

पांडे : कोण भोसडीचा थट्टा करतो? येऊन बघ. बघायचं आहे तुला?
(घड्याळ बघतो. बापूचे मनगट पकडून) बस तर मग. आता
यायला हवी ती. बस इथं. तुला दाखवतो, बस बे.
[बापू अशक्तपणे आणि कसल्या तरी भयाने बसलेला. एका
खुर्चीवर पांडे, दुसरीवर मन्या. दोघे पितोहेत.]

बापू : (पांडेला) इथे नको, त्या कोपऱ्यात कुठे तरी बसू या.

पांडे : ओ के. बेअरा, हमारे लिये यहाँ टेबल डालो ।
[तिघांसाठी एक टेबल आणि तीन खुर्च्या ठेवल्या जातात.
त्यावर बाटली, ग्लासेस. पांडे, मन्या आणि बापू बसतात.
सिम्फनी म्युझिक सुरू होते. बापू कमालीचा अस्वस्थ.]

बापू : (प्रेक्षकांना आणि स्वत:शी) प्रार्थना करीत होतो, तिनं यायला
नको; आणि तिची अपेक्षा करीत होतो. येणार—येणार—
[आता दोघे ऑफिसर्स येऊन दुसऱ्या टेबलाशी पाठमोरे बसतात
पिऊ लागतात.
सिम्फनी म्युझिक वेग घेते.

आणि मित्रा येते. भडक कपडे, लिपस्टिक.
वेगळीच वाटते.
ते ऑफिसर्स तिला ग्रीट करतात.
ती त्यांच्या टेबलाशी जाऊन बसते.
ऑफिसर्स आणखी ड्रिंक्स ऑर्डर करतात.]

पांडे : (बापूला) है का नही यार? मी काय खोटं बोलून राह्यलो काय? तूच बघ. खात्री करून घे.
[मित्रा आणि त्या दोन ऑफिसर्सची बैठक रंगू लागते. सिम्फनी म्युझिक जोरात. मित्रा गटागटा ग्लास संपवताना दिसते. आणखी मागते. ते दोघे ओततात.]

पांडे : पी यार. पाहून काय राह्यला नुसता? पी.
[बापू ग्लास ओठाशी नेतो पण पीत नाही. लक्ष मित्रावर. मित्रा त्या दोघा ऑफिसर्सशी झिंगली लगट करू लागते. पदराचे भान नाही. तेही तिच्याशी किरकोळ चाळे करतात.]

पांडे : (बापूला) भडवेओ, प्या एकदाची. बघणं बस् आता–

बापू : (मित्राकडे पाहत) हो. (पिण्याचा अभिनय करतो.)
[ते दोघे ऑफिसर्स आणि मित्रा यांची झिंगली लगट आता वाढलेली. सिम्फनी म्युझिक जोरात. मित्रा नवा पेग घटघटा रिचवते. उभे राहण्याचा प्रयत्न करते, बसते. पदर पुरता गळलेला. बापू वाढता अस्वस्थ.]

पांडे : राजे हो, पिता पिता बघा. लज्जत येईल.
[तिकडे मित्रा आता सर्व प्रयत्न एकवटून उभी राहिलेली.]

मित्रा : (त्या दोघा ऑफिसर्सना) यू–नो–समथिंग? नो? यू शूड नो. बापू इज अ पिग. डुक्कर आहे तो. एक नंबरचा डुक्कर. माझ्यावर–मालकी गाजवायला निघाला–हे कर, ते करू नको– तिकडे जाऊ नको–इथेच बस–मालक बनायला निघाला–मालक!

–हुं:! मी लाथ घालते त्याला–लाथ घालते– (काल्पनिक बापूला लाथ घालते.) आय किक् हिम–किक् हिम, बास्टर्ड–त्याला वाटलं मित्रा एक–ही आहे–छत्री. नाहीतर खुर्ची. पर्स. अशी ठेवली, अशीच राहील. पण मी माणूस आहे, माणूस! मला माझी–मर्जी आहे. मी काहीही करीन– कलकत्त्याला जाईन– तिथं नमाला शोधत फिरेन. नाही भेटली तरी चालेल पण हू द ब्लडी हेल इज बापू? अ पिग! पिग! (काल्पनिक बापूला म्हणून खुर्चीला आणखी लाथा.) आय हेट हिम! आय हेट हिम! हेट हिम...

[खुर्ची गडगडते.]

पांडे : (बापूला) यार हे तुझ्याबद्दल–

[बापू खूप टेन्स. दोघे ऑफिसर्स मित्राला पुन्हा मिनतवारीने बसवतात.]

ऑफिसर : दॅट्स् लाइक अ गुड लिटल गर्ल–

मित्रा : नो. आय ॲम नॉट. आय ॲम अ होअर–अ लेस्बियन–अ लेस्बियन, डु यू नो दॅट? अ लेस्बियन बिच. अ फ्रीक्! म्हणतो, खोटं बोलू नको. विसंबून राहू नको म्हणाला. पैसे माफ केले–माफ! म्हणाला मैत्री संपली. संपली तर संपली. कोण खोटं बोललं? मी बोलले? मी नाही बोलले–त्याच्याशी नाही बोलले–आईशी बोलले पण त्याच्याशी नाही बोलले– आहे माहीत? कुणाशी नाही बोलले ते मी त्याच्याशी बोलले. तो माझी–आई होता– आई बापू! बापू आई! (झिंगले हसू लागते. हसत राहते. मग) गॉन. संपली मैत्री. नमा संपली. विसंबून नाही राहायचं–नाही राहायचं–बापू गॉन! बापू मेला– मेला–मेला– (टेबलावर मुठी आपटत राहते आवेगाने.) आय किल्ड हिम. बापूला मी मारला, मी–मी– (गळा काढून रडते.

ते दोघे प्यायलेले ऑफिसर्स बसल्या जागेवरून तिचे झिंगले सांत्वन करताहेत.) बापूला मी मारला– तुकडे–तुकडे–तुकडे केले.
[बापू हे विलक्षण मंत्रमुग्ध होऊन पाहतो आहे.]
पण मी त्याच्याशी खोटं नाही बोलले. कलकत्त्याला का गेले? कुणालाच माहीत नाही–काय केलं कलकत्त्याला? कुणालाच माहीत नाही. गिव्ह मी वन मोअर–प्लीज–
[एक ऑफिसर तिला पेग ओतून देतो.]
मोअर–मोअर–
[घटाघटा तो ग्लास रिचवून ब्लॅक आउट होते.
एकदम सर्व स्तब्ध.
ते दोघे ऑफिसर्स बेअराच्या मदतीने मित्राला उचलून घेऊन जातात बापूच्या बाजूने.]

पांडे : पाहून राह्यला ना यार? आपण कुणासाठी तरी जीव टाकतो आणि ते सालं शेवटी या लायकीचं निघतं. असं आहे. यू नो व्हॉट दे विल डू वुइथ हर.
[बापू विमनस्क–बेचैन–घाईने दारूचा एक मोठा घोट घेतो. ठसका लागतो तो आवरत पुढे येतो. पिऊन बधिर झालेला. मन्या आणि पांडे मित्रामागे जावे तसे आत जातात. बेअरा येऊन त्यांचे टेबल, खुर्च्या आवरतो.]

बापू : (येऊन प्रेक्षकांना) त्या रात्री खाणं सुचलं नाही. झोप आली नाही. रात्र घाणेरडी गेली. डोक्यात नरक झाला होता. कळत नव्हतं, मी केलं ते बरोबर की चूक? मित्राला तोडून टाकलं हे अयोग्य झालं का? त्यात माझ्या अहंकाराचा भाग किती? तिचं जे झालं त्याची जिम्मेदारी कुणावर? मोठ्या प्रयासानं स्वत:ला उत्तरं पटवली. मी योग्यच केलं. मला हवा तसा

वापरून ती स्वत:ची अधोगती करून घेत होती, ती मी एकदाची माझ्यापुरती असेल, थांबवली. स्वत:ला निर्वाणीचं बजावलं की त्रास होतो आहे, पण तू तिच्याकडे काय वाटेल ते झालं तरी पुन्हा जाणार नाही आहेस. हा तुकडा तुला पाडलाच पाहिजे. तो पडला. आश्चर्य म्हणजे मित्राशिवायचं जगणं. त्या जगण्याला मी रुळूही लागलो. आठवण व्हायची, पण मन आणखी कशात तरी आपोआप गुंतायचं. आपल्याला कसला त्रास होत नाही याचाच मधून मधून त्रास व्हायचा तोही कुठं दिसत नव्हता, जाणवत नव्हता. त्यामुळं सर्व सोपं होतं. पांडेकडे पुन्हा गेलो नाही. अभ्यासात, इतर वाचनात मन गुंतवलं.

[मन्या येतो. बापूला पाहत उभा.]

मन्या   : (अत्यंत कॅज्युअली) कळलं का नाही तुला? मित्रा फिनिश्ड. आत्महत्या केली. रात्री हॉस्पिटलमध्ये हलवली, सकाळी गेली.

[बापू सुन्न उभा, हातापायातले बळ जावे तसा.]

मन्या   : (सिगरेट काढून ओठात धरून) काड्यांची पेटी आहे का तुझ्याकडे? साली माझी विसरलो.

बापू   : (विलक्षण त्वेषाने) नाही.

[मन्या नवलाने पाहतो.]

(थरथरत) आता स्वर्गात जाऊन सांगणारच असशील, की या लेस्बियन कुत्रीला हाकून द्या?

मन्या   : (अजून नवल. मग) मरणान्तानि वैराणि. मरणानं वैर संपतं. संपली बिचारी.

बापू   : आता सुखाने सिगरेट ओढ!

मन्या   : ओढतो की. तुला संतापायला काय झालं, कळत नाही. मुद्दाम तुला सांगायला आलो.

बापू   : थँक्स. छान केलंस!

मन्या : आता काय करणार आहेस?

बापू   : चैन करणार! दारू–दारू पिणार, सिनेमाला जाणार, नाचणार आनंदाने. मृतात्म्याला (गळा दाटतो.) सद्गती मिळो. ओम् शांति: शांति: शांति: ।

मन्या : तुला त्रास होतोयसं दिसतं.

बापू   : नाही. मी मजेत आहे! मजेत आहे मी–

मन्या : (खांदे उडवून अस्वस्थपणे) टेक केअर. मी कटतो. पाहायला जाणार असशील तर संध्याकाळपर्यंत नको जाऊ. पोस्ट मॉर्टेम होऊन बॉडी मिळायला तेवढा वेळ तरी लागेलच. उगाच ताटकळावं लागणार.

बापू   : (त्वेषानेच) थँक यू फॉर द अॅडव्हाइस.
         [मन्या खांदे उडवून निघून जातो.
         बापू मनस्वी बेचैन. आपले काय होते आहे, ते त्याला कळत नसावे. खोलीत फेऱ्या घालतो. वेगवेगळ्या पोझिशन्स घेतो. मग जाऊन रेडिओ केवढ्यांदा तरी लावतो. प्रचंड आवाज. रेडिओ बंद करतो. भयंकर स्तब्धता. ही बापूला खायला येते. पाहता पाहता गळून बसतो. गुडघ्यात डोके खुपसतो.
         संथपणे प्रकाश मालवतो.]

                                                    [पडदा]

www.ingramcontent.com/pod-product-compliance
Lightning Source LLC
LaVergne TN
LVHW090056230825
819400LV00032B/753